CUỐN LÊN BỨC MÀNH
Phạm Quốc Bảo

CUỐN LÊN BỨC MÀNH
• *Hồi Ức* • *Tản Mạn* • *Thơ*
Phạm Quốc Bảo

Hình bìa:
Cây Hoa Đào trong vườn, tác giả ghi hình
Tác giả qua nét vẽ hai họa sĩ:
Võ Đình, Nguyễn Thị Hợp
Hình chụp tác giả qua ống kính Colleen Vy Huỳnh
Thiết kế bìa và Dàn trang:
Lê Giang Trần
Phụ trách in ấn - xuất bản:
SỐNG Publishing
Ấn bản in lần thứ Nhất tại Nam California - 2025
ISBN # 979-8-3492-2695-3
Copyright@ by Phạm Quốc Bảo

PHẠM QUỐC BẢO

CUỐN LÊN BỨC MÀNH

- *hồi ức*
- *tản mạn*
- *thơ*

SỐNG Publishing - 2025

MỤC LỤC

NGỎ 11

Phần I • Hồi Ức
Cuốn Lên Bức Mành

- Chuyện kể rằng 15
- Tự thanh tẩy 18
- Học nhi thời tập chi 25
- Nhân tình - thế thái 30
- Gian Nan đường đời 33
- Hai mặt của một đồng tiền 39
- Ôn cố - tri tân 45
- Khơi nguồn 50
- Mở lòng ra 58

Tài Liệu Tham Khảo: Cuốn Lên Bức Mành 64

Phần II • Tản Mạn
Nửa Thế Kỷ Ngoái Lại

Sống Giữa Sắc Màu Nhân Sinh 73
   - Những gì xảy đến nát nhầu tâm can 74
   - Những gì xảy đến nôn nao cõi lòng 82
   - Những gì xảy đến cứ chan hòa đời 92

Sắc màu của cuộc sống	95
Sống khó?	96
Ứng biến	99
Chợt vui	101
Nửa thế kỷ ngoái lại - Bằng hữu cứ rưng rưng	103
Kẻ còn - người mất	104
Tiễn Trần Lam Giang	110
Những hiện diện bên nhau	112
Những nỗ lực cá nhân đáng kể	114
Xuân về trễ	120
Lan sao nở trễ vậy nhỉ?	122
Mỗi năm mỗi khác	124
Kiểu du xuân	126
Thư chúc Xuân Ất Tỵ 2025	129
Giới thiệu ngành truyền thông Việt tại Little Sàigòn - Nam Cali	132
Hoạt động của Cộng Đồng Việt gần nửa thế kỷ ở hải ngoại	143
Góp ý về bản sắc Việt	146
Tạ Ơn (Nhật Ký cuối năm 2020)	151

Phần III

Thơ

Vén tấm mành lên	167
Cuốn lên bức mành	168
Về hưu	170
Đáp thư bạn	171

Trao gửi	172
Sống giữa chợ đời	173
Khen bạn	174
Tự hỏi	175
Than vãn	176
Đọc thơ nhớ bạn	177
Nghe tin bạn, tự nhủ	178
Tiễn Lê Chí Khởi	179
Ở đời	180
Đồng Dao	181
và Đồng Dao	182
Khai bút	183
Tâm sự	184
Góp vui	186
Nhủ bạn	187
Mừng họp mặt	188
Xuân nay	189
Tiễn Đằng Giao	190
Tám Ba tuổi - tự riễu mình	192

Bạt

CUỐN LÊN BỨC MÀNH QUÁ KHỨ:
Hồi Ký, Ngôn Ngữ và "Cầu Vượt"
Qua Những Giao Lộ Lịch Sử • ***Tô Đăng Khoa***   195

**

SÁCH TÁC GIẢ ĐÃ XUẤT BẢN	201
Viết chung với bằng hữu trong những tuyển tập	203

Phạm Quốc Bảo qua nét vẽ Họa sĩ Võ Đình, 1985

NGỎ

Bức mành được đề cập đến ở đây thường thấy được treo từ mái tranh (hay ngói) thả xuống có công dụng nhằm để che chắn ngoài hiên nhà thuộc miền Bắc Việt Nam, rất phổ biến vào thời kỳ nửa đầu thế kỷ 20 trở về trước.

Bức mành này cụ thể được cấu tạo từ những thanh tre (hoặc nứa) già chẻ ra - ngâm xuống bùn ngoài ao, rồi sau khi vớt lên phơi khô ráo dùng dây lạt cột chặt kết lại thành tấm lớn, để cuốn cao lên chạm mái mà cũng có thể thả xuống sát thềm, che mưa - che nắng - ngăn gió, và đồng thời cũng che khuất tầm mắt những ai đi qua ngoài đường tò mò muốn nhìn vào.

Bức mành đây cũng bao gồm ý nghĩa tượng trưng cho ngăn cách, chỉ sự giới hạn hiểu biết, quan niệm một chiều - thói quen tâm trí của một cá nhân độc đoán, luôn luôn cho rằng chỉ mình nghĩ và làm mới duy nhất đúng, mà chẳng hề chịu học hỏi và thường xuyên ứng dụng những hiểu biết vào nếp sống hằng ngày để điều chỉnh sao cho phù hợp hài hòa với qui luật đổi thay thường xuyên (biến dịch) của thời đại, của xã hội và của dòng diễn tiến lịch sử sống còn trong vũ trụ - vạn vật, trong đấy có loài người.

Nói chung, bức mành ở đây còn bao gồm cả trạng thái sống ù lỳ - động lực trì níu của những ai yếu đuối, trốn tránh sự thực, chỉ muốn cuộn tròn mình trong cái vỏ kén mà không biết rằng cuộc đời vốn biến chuyển đổi thay là lẽ thường hằng.

Tập truyện này mong mỏi trình bày mấy ý tưởng nêu trên bằng những trường hợp cá nhân tiêu biểu của đời sống, trong quá khứ - hiện tại lẫn tương lại, qua hình thức văn chương hồi ức - tạp ghi - tùy bút - truyện ngắn và thơ.

Trân trọng.

Phạm Quốc Bảo

PHẦN I

Hồi Ức
CUỐN LÊN BỨC MÀNH

Đập cổ kính ra tìm lấy bóng
Xếp tàn y lại để dành hơi
[**Cung Oán Ngâm Khúc**;
Nguyễn Gia Thiều]

Ảnh Ông Ngoại:

Cụ ông Bùi Văn Giảng (1871-1934), tức cụ Hàn Giảng, hình chụp tại Thanh Hóa năm 1930, trích từ bộ Gia Phả họ BÙI do con trai trưởng cụ là ông Bùi Sỹ Thi thiết lập vào năm 1985 tại Tân Tây Lan (New Zealand)

- I -
chuyện kể rằng

Cụ ông tên thật là Bùi Văn Giảng, người ngoài vẫn thường kính trọng lẫn thân mật gọi tắt là cụ Hàn, ít nghe thấy ai đề cập đến cụ mà gọi thẳng ra tên tục là cụ Hàn Giảng cả.

Lai lịch vốn cụ xuất thân là thú y trong hệ thống Pháp thuộc địa cai trị ở Việt Nam ta. Công việc chính hằng ngày của cụ là chăm sóc cho những con chó - con mèo cưng của gia đình các quan chức Pháp Thuộc Địa. Nhưng trên thực tế khi hành nghề cụ lại đã không hề phân biệt: Chó mèo của giới quan chức nhà Nguyễn địa phương đưa đến nhờ chữa trị, cụ chưa hề chối từ. Thậm chí chó mèo hay những gia súc nào nói chung của dân cư quanh vùng bị bệnh tật mà cụ bắt gặp hoặc được chủ đưa đến, cụ cũng đều chữa trị cẩn thận ở tư gia mình, chẳng hề từ nan. Sự kiện này xảy ra thường xuyên nên tiếng tăm vang vọng mãi vào tới Huế, vua quan nhà Nguyễn đã chính thức hóa công tác hành nghề của cụ bằng ngạch trật cụ thể. Mấy chục năm như thế, vua quan nhà Nguyễn liên tiếp cập nhật chức tước cho cụ, lên đến Hồng lô Tự Khanh - tòng tam phẩm triều đình thuộc Hàn Lâm viện.

Văn phòng làm việc ban đầu của cụ ở Hà Nội, sau đấy chuyển về thị xã Thanh Hóa. Suốt thời gian trên ba mươi năm làm nghề thú y, ít khi có dịp cụ vào Huế, trừ những lần chính thức vua quan nhà Nguyễn cho vời đến.

Và trung bình mỗi năm, ít nhất là đến dịp lễ Tết Nguyên Đán, cụ lại về quê nghỉ mấy tuần - một tháng. Đặc biệt cuối năm 1930, người ta không thấy cụ xuất hiện ở quê nhà như lệ thường. Nhưng sang đến độ tháng 5 Tây lịch[1], đột nhiên người dân làng thấy xe tay đưa cụ về quê. Tin tức này liền được loan truyền thật nhanh, đến trưa hôm ấy là cả làng xôn xao.

Sáng hôm sau, ông Lý trưởng cùng ông Trương tuần, có dẫn theo anh Mõ, đến đầu ngõ rụt rè nhờ bác quản gia vào bẩm quan xin được gặp mặt.

---

1 Tháng 5 Tây lịch vào độ đầu tháng 3 âm lịch. Trong *Truyện Kiều* của Nguyễn Du có mấy câu như sau:
"Ngày xuân con én đưa thoi
Thiều quang chín chục đã ngoài sáu mươi
Cỏ non xanh tận chân trời
cành lê trắng điểm một vài bông hoa
Thanh Minh trong tiết tháng Ba,
lễ là Tảo Mộ - hội là Đạp Thanh" *(câu thứ 39-44)*

Ba nhân vật coi như đại diện của Hội đồng hương chức trong làng được mời ngay vào nhà khách. Cụ Hàn bước ra tiếp, với bộ trang phục rất dân dã: áo quần trắng thô sơ, có khoác bên ngoài bằng chiếc the thâm, trông nền nã mà vẫn tề chỉnh.

Ở ngay chiếc bàn lớn giữa gian nhà khách, cụ Hàn miệng mỉm cười tươi mở lời mời đến lượt thứ hai thì ông Lý trưởng với bác Trương tuần mới dám rón rén ngồi vào hai chiếc ghế sát phía bên ngoài, còn anh Mõ thì vẫn chắp hai tay đứng hầu phía sau ông Lý. Với vẻ mặt tự nhiên hài hòa, cụ Hàn bước lại kéo anh Mõ cho cùng ngồi ngang hàng với hai viên chức làng. Sau khi liếc chừng hai vị kia, anh Mõ tỏ vẻ bất đắc dĩ phải ngồi ghé vào chiếc ghế ngoài rìa cùng.

Nước chè tươi[2] được trẻ bưng ra và đặt trên bàn, trước mặt ba vị khách. Cụ Hàn giơ tay mời, thì ông Lý đứng lên mừng quan về quê một cách quá bất ngờ, khiến hội đồng hương chức thất lễ đã không kịp đến thỉnh an.

Cụ Hàn mời khách tạm thời hớp ngụm nước chè trước khi ngỏ lời xin lỗi rằng vì 'việc nước - việc nhà' bề bộn nên trong một thời gian ngắn gấp quá, chưa kịp báo trước và cũng chưa đến thưa chuyện với cụ Tiên chỉ rằng lần này cụ Hàn về quê là để tổ chức tiệc đãi khách của cụ từ Hà Nội và Huế sẽ về mừng cụ hưu trí vào tuần tới đây. Nhân tiện gặp được ba đại diện

---

2 **Nước chè tươi:** Dân quê sống ở miền Bắc Việt Nam phổ biến hái lá cây trà còn tươi, vò nát, cho vào ấm nước sôi, chờ vài phút thì chắt đổ hết phần nước đầu tiên ấy, để thải đi bớt vị chát đắng của trà tươi, rồi rót nước sôi vào lần thứ hai mới uống.

hương chức của làng đây, cụ xin nhờ thông báo dùm, để rồi vài ngày nữa cụ sẽ xin trực tiếp đến tận nhà thỉnh ý cụ Tiên chỉ sau.

Thế mà chỉ ngay sáng hôm sau, ông Lý trưởng đã vội đến trình với cụ Hàn rằng cụ Tiên chỉ đã nhắn lại rằng ý định cụ Hàn muốn tổ chức tiệc đãi hưu trí ở quê nhà thì chỉ cần Hội đồng hương chức biết để tùy nghi đáp ứng là xong. Còn riêng vấn đề yêu cầu gặp mặt thì cụ Tiên chỉ cho biết là đã có hẹn sẵn trước với bằng hữu ở các làng bên nên cụ ấy sẽ vắng nhà cả hai tuần lễ tới đây, không tiện tham dự tiệc hưu trí lẫn trực tiếp gặp mặt quan đâu!

**

tự thanh tẩy[3]

Và tuần lễ kế tiếp, cụ Hàn bù đầu trong việc chuẩn bị luôn suốt ba ngày những bữa tiệc: Thứ Ba, tiếp các khách cùng làm việc trong hệ thống Pháp thuộc địa; thứ Tư tiếp các quan chức thuộc triều nhà Nguyễn; và thứ Năm tiếp các đồng nghiệp cùng thân hữu chọn lọc của trên ba mươi năm cụ hành nghề thú y, từ khắp nơi đổ về.

---

3 Tự thanh tẩy lấy chính mình. Thanh tẩy thân-tâm cho chính con người đang sống của cá nhân mình: Tắm rửa cho thân thể được luôn vệ sinh sạch sẽ, chọn những món ăn-uống lành mạnh, thể dục - thể thao thường ngày, ngủ đủ và đẫy giấc. Luôn tự gạn đục - khơi trong cho tâm trí của mình để mỗi ngày bớt đi những ưu phiền mà tiếp thêm những thanh thản an nhiên trong cuộc sống.

Phải kể lại, ba ngày từ thứ sáu - thứ bảy - chủ nhật tuần trước, cả bộ phận quản gia gồm trên mười người tại dinh cơ của cụ Hàn đã phải liên tục sửa sang khu vườn và nhà khách cho khang trang, để thứ Hai sang tuần thì soát xét toàn bộ lại lần chót, từ đồ ăn - thức uống đến bàn ghế và các vật dụng trang trí..., trước khi đón khách.

Và hai ngày thứ sáu- thứ bảy của tuần lễ sau đấy là đổ dồn vào công việc dọn dẹp gọn ghẽ lại như cũ, cùng kết toán tài chánh, thanh toán tiền thuê nhân công... để ngày cuối cùng, chủ nhật, mọi người trong gia đình, tự người làm đến con cháu trực hệ của cụ Hàn được dịp nghỉ ngơi cho lại sức.

Riêng cụ Hàn ở ba ngày chót này, đêm không hiểu cụ có ngủ yên được không, chứ sáng nào người nhà cũng thấy cụ dậy sớm mà một mình ngồi trên chiếc bàn kê giữa gian nhà khách, yên lặng mà mông lung như tâm trí cụ còn để mãi tận đâu đâu. Đặc biệt là chưa bao giờ thấy cụ thở dài, trong khi liên tục chiêu từng bình trà này sang bình trà khác...

Sáng thứ Hai bước vào tuần lễ thứ ba về quê, bảy giờ, ông quản gia lọ mọ ra gian nhà khách thì đã thấy cụ Hàn một mình ngồi yên lặng bên tách trà đang bốc khói. Lật đật đứng hầu bên, ông lại nhận ra hôm nay đặc biệt cụ mặc một bộ nâu sồng, khoác ngoài là chiếc áo trấn thủ cộc tay màu lá mạ non: Cách phục sức này từ lúc về quê tới giờ cụ Hàn mới dùng đến lần đầu.

Sau khi thắp nhang khấn vái trước bàn thờ Phật và ông bà - tổ tiên, rồi chậm rãi húp hết một chén cháo hầm nếp - đậu đen - đậu xanh cả vỏ được nêm một chút muối hột - tiêu sọ rang chung tán nhuyễn, và dặn ông quản gia là không cần ai đi theo hầu, cụ Hàn chắp tay sau lưng đủng đỉnh rời nhà. Trên đường vào trung tâm làng gặp ai thưa chuyện làm quà thì cụ đều cung kính chào lại. Ra đến đình làng, cụ đi một vòng ân cần thăm hỏi đám dân đang cuốc đất trồng rau hay dọn dẹp quét tước quanh đấy. Rồi cụ đến thắp nhang khấn vái ở miếu thờ Thành Hoàng làng; và cuối cùng cụ tới ngồi nghỉ tại Văn miếu trước khi thong thả trở lại nhà vào xế chiều.

Hôm sau, thứ Ba, bảo xe tay đưa lên thăm quần thể Phủ Giầy[4], cụ thong dong ngắm nghía toàn vùng, gồm cả cảnh trí Núi Gôi, trước khi tới chiêm bái lâu đến gần hai tiếng đồng hồ tại quần thể đền thờ đức Thánh Mẫu Liễu Hạnh, cho đến khi cụ về lại nhà là đã chợp tối.

Sáng thứ Tư cũng sau khi húp một chén cháo dằn bụng, cụ rời nhà thả bộ đi xuống cuối làng, vào ngôi chùa nằm ở rìa thôn trong.

Sư cụ hiện trụ trì ngôi chùa làng này vốn trước kia là một ông đồ dạy học cho nhiều tầng lớp trẻ ở

---

4 **Phủ Dầy** (có khi ghi là Phủ Giầy, Phủ Giày) là một quần thể kiến trúc tín ngưỡng truyền thống của người Việt trải rộng trên địa bàn xã Kim Thái huyện Vụ Bản, tỉnh Nam Định, gần quốc lộ 10, quốc lộ 37B và quốc lộ 38B từ thành phố Nam Định đi (sang) thành phố Ninh Bình. Phủ Chính nơi Thánh Mẫu Liễu Hạnh giáng sinh thuộc thôn Tiên Hương được xây dựng từ thời Lê – Cảnh Trị (1662-1671). [Xem thêm chi tiết ở: [https://www.vietravel.com/vn/non-nuoc-viet-nam/khu-di-tich-phu-giay-nam-dinh-v1368.aspx]

mấy làng quanh đây, đức hạnh lâu năm chầy tháng đã khiến không những được dân làng này ai nấy đều tỏ ra trọng vọng mà đến ngay như ban quản trị làng xã - huyện - tỉnh nhà cùng nhau đồng lòng chính thức xin triều đình ban cho chức tòng cửu phẩm như một cách chính thức tri ân. Đến lúc tuổi cao, sư còn được hội đồng hương mục làng mời vào trụ trì ngôi chùa do làng thiết lập trên khoảnh đất công điền, cứ thế cũng đã gần hai thập niên rồi.

**

Cụ Hàn vào thắp nhang và chiêm bái tại chánh điện thì ông từ mới biết mà hoảng kinh, lật đật chạy vào bẩm báo. Lễ xong, cụ vừa thong thả bước ngoài hiên của chánh điện chùa thì sư cụ cũng vừa ra tới. Hai bên thi lễ, cụ Hàn ngỏ lời rằng đã đến mà không thông báo trước, thật thất lễ. Sư cụ sẵn mời vào chánh điện, nhưng cụ Hàn lại ngỏ lời là xin được cho xuống hậu liêu đàm đạo.

Sau một tuần trà khai vị, cụ Hàn thưa với sư cụ rằng về đây đã được hai tuần rồi nhưng vì bận bịu chưa có dịp thư thả tới thỉnh giáo nên xin bậc trưởng thượng mở lòng tha thứ cho. Miệng niệm Phật, sư cụ đáp lời:

- Bần tăng vốn là người tu hành, việc đời dường như đã gác ngoài từ lâu. Riêng đối với quan ngài thì chúng ta vốn xưa nay giao tình đã khá tỏ tường với nhau. Xin đừng khách sáo. Quan ngài đã cất công tới viếng cảnh chùa, hẳn cần ngỏ điều chi?

Xưa nay cá nhân tôi đã sẵn cảm nhận được đức hạnh tu tập của ngài đây. Cho nên hôm nay mạo muội tự mình tới quấy rầy nơi thanh tịnh, trước là được lạy Phật, sau là mong vấn an Thầy. Rồi nếu không trở ngại gì thì xin được hai ngày cuối tuần này có thể đến chùa để làm công quả, mong sao có được hưởng chút ít gì từ công đức của ngài và đức Phật ban cho chăng.

- A Di Đà Phật. Xin được y lời quan ngài.

**

Thế là sáng sớm thứ bảy, ngay từ lúc còn nhọ mặt người, người ta đã thấy cụ Hàn bận nguyên một bộ nâu sồng, khoác sơ chiếc áo trần thủ màu mạ non xuất hiện, lẳng lặng vào chánh điện lễ Phật rồi ra cầm chiếc chổi quét sân trước - sân sau chùa, tưới cây - gom nhặt lá ở khu vườn quanh chùa, tiếp tay phụ lau - bày bàn ghế ngoài hiên lẫn hậu liêu, bưng nước và thức ăn thức uống cho khách thập phương đang lũ lượt đến chiêm bái. Trưa, cụ vào ăn cơm chay chung với những đợt người làm công quả... Cứ như vậy đến chiều tối thì cụ tự động lẳng lặng rời sân chùa, cuốc bộ về nhà.

Hôm sau, chủ nhật, vẫn một bộ y phục ấy, cụ lại xuất hiện từ sáng tinh sương, vào lạy Phật rồi quay ra tiếp tục an nhiên làm bất cứ việc nào mắt nhìn thấy mà chẳng đợi một ai yêu cầu cả... Nhưng vào độ xế chiều, ông từ tìm đến và thưa rằng sư cụ kính mời quan vào hậu liêu.

Trang phục thuần một bộ quần áo màu đà sương khói, sư cụ ngồi đợi sẵn bên bộ bình - tách trà nóng đặt trên chiếc bàn mộc đơn sơ - cũ kỹ. Thấy cụ Hàn bước vào, sư cụ đứng dậy thi lễ và mời khách tạm lau mặt - rửa tay ở thau nước để sẵn trên chiếc đôn sành sát góc liêu, rồi rót trà để chiêu một ngụm hắng giọng:

- Hai ngày nay quan ngài đã theo chân Phật thực hành chút công quả..

- Thực ra thì tôi mong có được dịp này thuận duyên mà có thể chuẩn bị tự thanh tẩy đó thôi...

- Lành thay! Vậy quan ngài có gì dạy bảo chăng?

- Tôi có ý định về hưu luôn tại quê nhà. Chẳng hay ngài có điều chi hướng dẫn?

- Bần tăng đâu dám...

- Chỉ vì lấn bấn là tôi cứ băn khoăn cái sự chưa kịp thỉnh ý cụ Tiên chỉ...

- Không biết bần tăng có thể thô thiển bộc bạch mấy điều khá tế nhị, được chăng?

- Xin ngài cứ chỉ dẫn.

- Chắc quan ngài cũng rõ: cụ Tiên Chỉ lẫn cá nhân bần tăng đều xuất thân từ nếp Nho cũ xưa, mà mấy chục năm nay người đời gọi là bọn hủ nho...

- Không dám.

- Cá nhân bần tăng thì nhờ vài chục năm nương nhờ cửa Phật nên có dịp thấm thía cái chất chân thật của yếu chỉ Phật dạy mà tự khắc dần dà gột rửa được phần nào cái khuôn mẫu xưa cũ cứng ngắc của lớp Nho Sĩ một khi phải đối diện trước những biến thiên tân tiến của con người và xã hội ta ngày nay..

- Chắc ngài muốn đề cập đến cái căn cốt của chúng ta là bao giờ cũng gồm cả sự cọ xát giữa cũ và mới, giữa sự bảo tồn và thăng tiến, giữa nếp văn hóa dân tộc lẫn công phu hàm dưỡng tự điều chỉnh để cuộc sống mỗi một cá nhân chúng ta có thể thích ứng một cách hài hòa...

- Đại khái có thể diễn đạt là thế.

- Vậy ngài dạy tôi nên đối xử làm sao cho thuận tiện lúc này?

- Bần tăng trộm nghĩ, cụ Tiên Chỉ vì đã phải tuân thủ vị thế lễ - nghĩa Nho gia đóng khung từ mấy chục năm nay mà nếp ấy muốn chủ động tự đổi thay thì hẳn phải bị du vào trường hợp bất đắc dĩ lắm, bị bó buộc một cách quyết liệt nào đấy để đến độ chẳng thể chối từ được nữa. Có vậy thì mới may ra gượng gạo dần dà cụ Tiên chỉ thấu hiểu mà tự ngài ấy chủ động tẩy rửa dần được cái nếp xưa cũ kia chăng...

- Cảm tạ ngài đã thương tình mà phân tích cặn kẽ một cách khách quan - chính xác cái khúc mắc của vấn đề tôi đang phải tìm mọi cách kiếm cho ra giải pháp... Có lẽ phải chính mình tự gia công thực hiện. Dù cho có phải tự thay đổi chính mình đi nữa, thưa ngài.

- Quan ngài dạy chí phải đấy.

**

- II -
học nhi thời tập chi[5]

Sau khi nghe được anh Mõ làng bẩm báo rằng cụ Tiên chỉ vừa chấm dứt cuộc giao du với bằng hữu ở mấy làng bên, hiện đã trở lại nhà, cụ Hàn thư thả đợi đến sau một ngày ổn định nữa mới bắt đầu thi hành ý định sẵn của mình:

Sáng ra, vẫn chỉ mặc bộ nâu sòng và khoác chiếc áo trấn thủ màu mạ non, được anh quản gia cắp tráp và một chiếc chiếu cói nhỏ theo hầu, luôn luôn lẩn quẩn ở xa là anh Mõ làng tháp tùng, cụ Hàn khoan thai thong thả đi vào sâu thôn giữa và đến nhà cụ Tiên chỉ. Anh Mõ cung kính mở cổng. Và khi bước đến cạnh gốc cây sim

---

[5] *"Học nhi thời tập chi - bất diệc duyệt hồ?"*: Học hỏi mà thường xuyên thực tập được - há chẳng vui mừng lắm sao? Là câu đầu của chương Học Nhi trong sách LUẬN NGỮ thuộc bộ TỨ THƯ, theo truyền thuyết do ông Khổng Tử (551 TCN-479 TCN) gom góp những điều hay & thâm thúy đã được truyền miệng trong dân gian mà biên tập thành kinh-sách của Khổng Giáo.

thuyền giả sát rìa sân trước với hàng rào dâm bụt, cụ Hàn bảo ông quản gia trải nan chiếu ra, để cái tráp đựng bình trà ủ sẵn với chiếc chén tống nhỏ rồi cho ông ấy lui về. Cụ ngồi xuống, xếp chân bằng tròn. Còn anh Mõ làng rón rén lại gần mái hiên nhà cụ Tiên chỉ rao lớn:

- Bẩm cụ, quan ngài xin gặp.

Tấm mành mành đan bằng những cọng trúc và được cột chặt khít lại với nhau bằng dây cói bện, tấm sáo mành mành ấy bất ngờ được thả buông cái xoạch xuống, che kín cả mái hiên. Và tiếng cụ Tiên chỉ đột nhiên cất lên ngâm thơ sang sảng từ bên trong hàng hiên vọng ra. Giật mình, hai tay vẫn khoanh trước bụng, anh Mõ giật lùi..., lùi mãi ra tới gốc sim thuyền. Quay ra anh lại thấy cụ Hàn vẫn ngồi thẳng người trên chiếc chiếu nan, đôi mắt cụ nhắm hờ tự bao giờ, tư thế an nhiên tịch mịch như không!

Lúng túng lựng khựng mà chẳng biết phải làm gì cho phải nữa, anh Mõ chỉ biết lẳng lặng lùi dần ra khỏi cổng, rồi lủi mất tăm luôn.

Thế là từ đấy người ta chỉ nghe thấy tiếng cụ Tiên chỉ ngâm thơ chán thì lại sang sảng đọc văn sách, y như cụ đang thực hiện cái công việc giảng dạy học trò...

Đến trưa, người ta thấy cụ bà Tiên chỉ từ dưới căn bếp phía sau rón rén băng qua sân nước, mắt ngóng ra ngoài cổng. Tới bậc thềm của căn nhà ngang, cụ bà mới ngó thấy dưới gốc sim già sát hàng rào có cụ Hàn ngồi im như pho tượng tự lúc nào. Sững người, cụ bà đứng yên quan sát một hồi lâu,.. vẫn thấy đấy là một bức tượng ngồi uy nghi... Chợt nghĩ tới điều gì đấy, cụ bà Tiên chỉ vội trở vào bếp lấy ra bình nước sôi tới ghé rót vào ấm nước trà trong cái tráp để cạnh cụ Hàn. Cụ vừa làm vừa để ý, nhưng vẫn chẳng thấy cụ Hàn động tĩnh gì. Cuối cùng xem ra không đừng được nữa, cụ rụt rè lên tiếng:

- Bẩm quan... Xin mời quan nhấp giọng...

Vẫn chỉ thấy cụ Hàn cứ ngồi lặng như không, chẳng biết làm sao nữa nên cụ bà Tiên chỉ bắt buộc phải bỏ đi. Vừa rời đi, cụ vừa quay lại ngó chừng mà thủy chung cụ Hàn vẫn ngồi y như trời trồng... Trong khi đó trong hàng hiên ở sau bức mành mành trúc vẫn nghe rõ tiếng cụ Tiên chỉ lúc thì sang sảng ngâm thơ lúc thì miên man giảng kinh sách...

Cho tới độ xế chiều:

- Mẹ nó ơi. Cho tôi vài món nhắm rượu lên đây!

Tiếng cụ Tiên chỉ gọi với xuống nhà bếp. Chẳng nghe tăm hơi trả lời gì cả, cụ Tiên chỉ liền cất giọng cao tướng lên:

- Mẹ nó ơi, tôi đói rồi!

Vừa rứt lời thì cụ thấy cụ bà lừ lừ từ trong buồng bên hiện ra, miệng buột 'phán' một câu:

- Ông gọi bọn nào đâu đấy mà làm cơm nhá. Tôi dẫn con cháu về bên ngoại đây!

Cụ Tiên chỉ chết trân: Từ khi vợ chồng ăn ở với nhau cả nửa thế kỷ nay, chưa bao giờ mà cụ bà lại tỏ ra một thái độ quá là kỳ quặc như vậy! Tự nhiên cụ đâm ra ấp úng nhỏ giọng:

- Bà .. bà nhà nó làm sao thế vậy...

- Chả làm sao cả! Ông để cho ông quan ngồi chết dí ngoài kia từ sáng tới giờ kia kìa.

- Ấy là chuyện của tôi...

- Chuyện của ông như thế hả. Ngộ nhỡ ông quan ấy lăn đùng ra thì khốn khổ khốn nạn. Bao nhiêu phúc đức nhà tôi đổ xuống sông xuống biển cả. Ông đối xử với người ta thất đức đến như thế thì con cháu tôi cũng phải bị vạ lây mất thôi... Chi bằng tôi đưa con cháu hết về bên ngoại. Còn lại một mình ông ở cái nhà này thì ông muốn làm chuyện vô phúc vô đức gì đấy... muốn làm trận làm thượng gì đấy thì... cứ việc. Nhá!

Xổ ra một tràng liên thanh như thế, cụ bà vùng vằng bỏ vào trong buồng. Một mình cụ Tiên chỉ ngồi chết lặng người trên tấm phản ngoài hàng hiên: Từng lời từng chữ gần giọng của cụ bà cứ đang như vang vọng mãi trong tâm tư. Cứ thế, mỗi một âm vọng lời nói gần giọng của cụ bà là mỗi dìm cụ Tiên chỉ vào niềm trăn trở - dày vò - quận thắt không nguôi tâm can của cụ...

Đến khi tỉnh khỏi cơn dần vặt, cụ Tiên chỉ cảm thấy mình phờ phạc hẳn ra, như vừa trải qua một cơn bệnh tình chết đi sống lại. Cụ chập choạng bước tới, từ tốn tự tay cuốn bức mành mành trúc lên. Đứng trên hàng hiên, cụ ngó ra thì thấy trời đã về chiều lúc nào không hay... Rồi với giọng khàn đục, cụ gọi với vào buồng trong:

- Bà nó ơi. Đem chậu thau nước để quan ngài rửa mặt.

Vẫn chưa nghe tiếng đáp lại, đang tính quay bước vào trong kiếm thì cụ Tiên chỉ đã nhìn thấy cụ bà lẳng lặng bê chậu thau từ dưới bếp ra để trước mặt cụ Hàn:

- Xin kính mời quan ngài...

Mới nói đến đấy thì cụ bà cũng liền nghe cụ Tiên chỉ từ hiên nhà đĩnh đạc phán:

- Bà nó làm tạm món nào đấy để tôi hầu tiếp quan ngài nhá.

**

- III -

Nhân tình - thế thái

Chẳng hay quan ngài có điều chi dạy bảo mà phải đến tận nhà lão phu?

- Xin thưa, tôi về đây cả ba tuần lễ mà bận quá chưa kịp đến vấn an, mong cụ Tiên chỉ niệm tình thứ lỗi cho.

- Quan ngài về quê nghỉ dưỡng, là sự bình thường. Còn nếu như có động dụng gì thêm thì đã có ông Lý và hội đồng hương chức, nhiệm vụ họ phải túc trực để đáp ứng quan ngài rồi...

- Lẽ là thế, nhưng còn lễ nghĩa nữa chứ...

- Quan ngài dạy thế, tôi đâu dám...

- Xin cụ Tiên chỉ thử nghĩ lại xem. Theo tôi thì dân tình làng ta lâu nay cứ tẻ nhạt dần đi cái phần gốc rễ của Nhân-Lễ-Nghĩa...

- Quan ngài bận việc quan, ít về thăm quê. Chứ dân làng ta chưa hề bỏ tổ chức và tham dự một lễ nào tại đình làng mình đâu, cũng như vẫn thường xuyên chăm chút miếu Thành Hoàng và Văn Miếu...

- Đó là nhờ vào cụ Tiên chỉ đây đều đặn cầm cân nẩy mực nên phần Lễ-Nghĩa vẫn được duy trì... Ngay như cá nhân tôi đây, suốt mấy chục năm qua, năm nào về nghỉ ngơi tại quê nhà mà gặp đúng dịp lễ lạc của làng, chưa bao giờ tôi vắng mặt cả. Bằng chứng là theo sự sắp xếp của cụ Tiên chỉ, tôi luôn luôn được ngồi riêng một mâm, phía dưới mọi mâm cỗ, chỉ trên có mâm của anh Mõ làng. Còn mâm trên cùng thì bao giờ cũng rành riêng một mình cụ Tiên chỉ rồi!

- Ồ... Đấy là theo đúng hội ý của Hội đồng hương chức...

- Tôi hiểu. Phép vua thua lệ làng mà!

- Hẳn là vậy...

- Thế thưa cụ, sự sắp xếp ấy có phù hợp với cái căn cốt Nhân tình mà xưa nay tổ tiên - ông bà ta đã từng áp dụng và truyền lại cái nếp ấy chăng?

- Vậy quan ngài nghĩ ra sao về chữ Nhân ở đây?

- Không có con người thì làm gì có Lễ - Nghĩa mà đối xử với nhau, người đối với người trong xã hội. Phải không, thưa cụ Tiên chỉ.

- Nếu quan ngài nghĩ như thế thì cả mấy chục năm nay, quan ngài cứ an nhiên chấp nhận chỗ do hội đồng hương chức định đoạt trong những buổi tiệc tùng tại đình làng mà chưa từng trực tiếp nêu thắc mắc gì với chúng tôi. Thái độ ấy chứng nhận quan ngài tôn trọng điều gì?

- Tôi cho là về phần cá nhân thì nên hãy chủ động cứ tôn trọng Lễ - Nghĩa trước đi để cái căn cốt Nhân tình mới có dịp thuận tiện mà hiển hiện rõ ra. Cụ Tiên chỉ thấy thế nào?

- Vậy sao...

- Cũng như ngày hôm nay, tôi có dịp đến thẳng đây để trực tiếp ngỏ lời xin cụ Tiên chỉ tha cho cái lỗi sơ xuất là muốn về nghỉ hưu tại quê nhà mà chưa thỉnh ý của cụ trước.

- Đâu dám... đâu dám...

- Xin kính mời cụ Tiên chỉ dùng một chén trà, gọi là cung thỉnh cho được sự tha thứ từ cụ.

- Ấy chết! Quan ngài đừng thi lễ trọng thể như vậy.. Có quá đáng lắm không ... Đừng khiến tôi tổn thọ mất!

**

- IV -
Gian Nan đường đời

— Nhân đây, nếu cụ Tiên chỉ cho phép tôi được thủng thỉnh thộ lộ tâm can...

— Quan ngài dạy quá lời. Được ngài chiếu cố mà tâm tình, tôi xin kính cẩn lắng nghe.

— Chẳng qua là suốt đời tôi mang nặng công ơn tổ tiên làng xã. Cụ Tiên chỉ hẳn đã rõ: Hai đấng thân sinh ra tôi hiếm muộn, tuổi đến trên bốn mươi mà chưa được một mụn con nào. Hai người băn khoăn mãi nên cả chục năm trời thường vào cuối tuần là lên chùa làng cúng vái cầu tự và lưu lại làm công quả cho chùa. Rồi một dịp đi phụ thuê gánh mướn cho khách viễn phương tới hành hương ở Núi Gôi, hai thân sinh tôi cùng vào chiêm bái đền Thánh Mẫu Liễu Hạnh trở về thì mừng thay, chín tháng mười sau sinh ra tôi, như chứng minh được sự chiếu cố đặc biệt của ngài Thánh Mẫu...

Nhưng độ một vài năm sau đấy, chắc vì làm ăn vất vả cả đời, nay lại có con nên phải nỗ lực kiếm sống hơn bao giờ, do đó thân mẫu tôi ngã bệnh đi sớm; rồi một năm sau, thân phụ tôi cũng kiệt sức qua đời. Mới hai tuổi, tôi được chú ruột đưa về nuôi. Nhà chú cũng chẳng khá gì mà đông con nữa; bấy giờ lại cưu mang thêm đứa cháu ruột mồ côi. Ba tuổi đầu, tôi đã thông thuộc việc đồng áng, suốt ngày làm chẳng buông tay, miếng ăn bao giờ cũng là cơm thừa canh cặn, và thường ngủ ngoài chuồng trâu của những nhà mà vợ chồng chú tôi làm tá điền...

Cái cây sim thuyền già cỗi ở sát bờ rào nhà cụ kia kìa, nó đã từng để lại trong ký ức tôi một mong ước mà suốt đời đều sống động nóng hổi : Cứ mỗi lần được chăn trâu ngoài đồng - bãi gần đây là tôi len lén đến núp ở dưới gốc nó mà ngó vào, tai nghe lóm tiếng ê a lẫn giọng cụ cố thầy đồ người thân sinh ra cụ Tiên chỉ dõng dạc đọc giảng rân ran kinh sách. Đã không biết bao nhiêu lần tôi ước mơ được như cụ Tiên chỉ đây ngồi ê a thảnh thơi học chữ. Đã biết bao nhiêu lần nằm trong chuồng trâu, tôi bắt chước ê a học những chữ nghe lóm được... Và đương nhiên, đặc biệt nhất là cho đến tận bây giờ, tôi chẳng thể quên được cái vị ngọt lịm ngát thơm của trái sim chín tôi trộm hái bỏ vào miệng ngậm cho tan hòa vào với nước bọt túa ra...

Cho đến khi tôi 12 tuổi, một tay con buôn làng bên tới tỉ tê với thím của tôi rằng tôi đã đủ tuổi đi làm công, nếu chịu bán cho họ thì không những nhà bớt đi được miệng ăn mà lại còn được họ gá cho năm lạng bạc! Từ đấy, mang tiếng là con nuôi nhưng thực sự tôi phải làm đầu tắt mặt tối cả ngày lẫn đêm cho bất cứ nơi đâu cần và trả chi phí cho người đã mua tôi ra khỏi nhà chú ruột của tôi...

Mấy năm trời tăm tối như thế, độ 15 tuổi, tôi phiêu bạt lên đến tỉnh ly Nam Định, và chẳng biết vì một may mắn bất ngờ nào đó mà được giao cho việc điều khiển mấy tấm bao bố gạo làm thành cái quạt trần khổng lồ: Suốt ngày ngồi nép vào một góc căn nhà khách, tay luôn giật một sợi dây móc nối lên cái đà đan bằng tre già làm khung cho sáu tấm bao bì cói vốn để đựng gạo. Cái khung nan tre ấy treo lơ lửng giữa nhà, tôi là tên hầu nhiệm vụ là kéo cho cái khung bao bố ấy đu đưa qua lại để tạo thành một cái quạt khổng lồ ở trên cao, gây nên gió cho không khí được luôn di động rộng khắp căn nhà. Phía dưới là nơi mà quan thú y trong hệ thống cơ quan cai trị thuộc địa Pháp ở phạm vi tỉnh Nam Định, ông ấy thù tiếp và chữa trị những con chó con mèo - nói chung là các gia súc - do các bà đầm (Madame) của đủ mọi loại quan Pháp thuộc địa đem tới.

Làm chân đầy tớ chuyên ngồi kéo quạt trần vào bất cứ lúc nào có khách tới và quan thú y phải tiếp đón, hỏi chuyện và chữa trị chó mèo. Ban đầu bắt buộc phải ngồi dí một chỗ hằng giờ lâu, quả là một cực hình đối với đứa trẻ đang bước vào lứa tuổi trổ mã như tôi.

Nhưng vốn đã từng chịu đựng sống buộc bó như vậy cả bao nhiêu năm trời rồi, từ lúc còn ấu thơ, nên chỉ cần gần một tháng đầu là tôi đã quen đi mà có thể ngồi miết vài ba tiếng đồng hồ, tay liên tục kéo quạt mà đầu óc có thể ngây ngất lơ mơ ngủ ngồi được!

Ở lớp tuổi thiếu niên, ai cũng mang sẵn trong người cái tính tò mò học hỏi. Tôi hồi ấy cũng không ngoại lệ: Những lúc tỉnh táo, tôi lại nghe quen đi những đối đáp của khách với chủ nhà. Rồi tiến thêm một bậc nữa là tôi tò mò ngó xem những động tác của ông thú y mầy mò trong công tác chữa trị những con chó - con mèo được đem đến đấy. Cái diễn tiến khung cảnh này cứ ngày một ngày hai thể hiện ra và nhập tâm tôi hồi nào chẳng rõ nữa...

Có mấy điều đặc biệt cho đời sống mới này của tôi, cần bổ túc ngay, nếu không nhắc đến ngay ngộ nhỡ sẽ xa đà rồi quên đi mất:

Thứ nhất là lần đầu tiên tôi có hẳn một căn phòng riêng trong dẫy nhà ngang xây bao bọc phía sau căn biệt thự của ông thú y người Pháp này.

Thứ nhì, tôi được hằng ngày ba bữa ăn chung một bàn với nhóm phụ việc trong biệt thự gồm có bà quản gia, anh phu kéo xe tay cho ông chủ, hai thợ làm vườn - sửa nhà, hai bà phụ trách nấu bếp - đi chợ nấu ăn, một anh chạy công văn - sai vặt. Tất cả nhóm người làm này mỗi ba tháng được cấp cho mỗi người một bộ quần áo mới, bao gồm cả quần đùi và áo may-ô.

Đấy là sự kiện biến đổi hẳn cuộc đời tôi, từ hồi ấy luôn cho đến bây giờ...

- Quan ngài ý nói mấy yếu tố quan trọng đến mức nào mà có thể thay đổi được đời sống của ngài vậy?

- Một đứa trẻ làm công việc đầy tớ trong xã hội Việt Nam ta hiện nay mà được đối xử quá sức rộng lượng, được hưởng những qui chế như cấp phát áo quần mới mỗi ba tháng, được có phòng cư ngụ riêng biệt như vậy thì thử hỏi rằng có phải được quá ưu đãi hay không, thưa cụ Tiên chỉ?

- À...

- Đối với ai tôi chưa rõ, chứ sự kiện đối xử này quả là đã tác động mạnh mẽ và sâu xa vào tâm tư một đứa thiếu niên nhà quê như tôi hồi ấy. Nhưng thưa cụ, chỉ mấy sự kiện mới mẻ ấy thì chưa đủ. Tôi muốn kể thêm một diễn biến nữa, một diễn biến đã thực sự biến cải hẳn cuộc đời tôi:

Tôi muốn đề cập tới nội dung việc tiếp khách, săn sóc và chữa trị bệnh tật cho những con chó - con mèo của viên thú y người Pháp ấy hàng ngày đã lập đi lập lại trước mắt tò mò quan sát của đứa hầu quạt là tôi. Sự kiện ấy cứ thế mà nhập tâm một cách nhuần nhuyễn trong tôi hồi nào không hay.

Một hôm chính ông thú y người Pháp ngã bệnh cảm cúm. Một bảng treo ở ngay ngoài cửa rằng, phòng thú y tạm đóng cửa một tuần lễ. Mấy bà đầm ôm chó mèo đến đọc thấy tấm bảng ấy thì xì xào bàn tán xôn xao hồi lâu mà vẫn chưa chịu rời. Được lệnh của chủ, tên hầu quạt là tôi phải ra giải thích là ông thú y bị cảm cúm phải nghỉ, để không lây nhiễm sang chó mèo của quí bà. Nhưng quí bà cứ nhì nhằng than phiền là chó mèo của họ cũng bệnh tật, biết đem đến đâu bây giờ. Tự nhiên thấy thương, tôi mở cửa cho họ đem chó mèo vào và tôi chăm sóc chúng thay chủ.

Tuần sau, phòng thú y mở cửa làm việc lại. Các bà ùn ùn kéo tới và tới tấp khen với ông thú y chủ của tôi rằng ông ta có một trợ y giỏi quá: Chó mèo của họ được tôi chăm sóc mát tay thế nào mà mau lành bệnh đến vậy! Ngạc nhiên, ông thú y thắc mắc thì các bà chỉ ngay tôi! Khách về hết rồi, ông thú y mới kêu tôi ra hỏi han. Tôi cứ tình thực giãi bày. Ông ngồi nghe gật gù một hồi rồi cất tiếng cười một cách sảng khoái.

Từ đấy trở đi, việc ngồi kéo quạt trần được chuyển sang tay kẻ khác, còn tôi nghiễm nhiên trở thành trợ y chữa bệnh chó mèo cùng với chủ. Một năm sau, tôi được chủ chính thức nhận làm con nuôi rồi cho vừa phụ tá ông hành nghề thú y vừa đi học. Bảy năm sau tôi lấy đủ chứng chỉ hành nghề chuyên môn thú y, và được ông chủ tiếp tục cất nhắc thành công chức luôn trong hệ thống cai trị của Pháp thuộc địa.

**

-V-
Hai mặt của một đồng tiền

— Như vậy nên quan ngài mới làm việc cho chính quyền người Pháp.

- Có phải ý cụ Tiên chỉ muốn phát biểu là tôi đã làm tôi tớ cho bọn giặc Pháp?

- Thì đại loại như vậy.

- Xin phép, tôi có thể diễn dịch cái nhìn của cụ về tôi: Một tên đã cam tâm phục vụ cho bọn ngoại quốc đã cướp nước ta?

- Quan ngài nói huych toẹt ra như thế, có quá lời lắm không.

- Thưa cụ Tiên chỉ, ngày hôm nay được gặp tận mặt ngài và chính tai được nghe lời ngài, tôi mới dám chắc là mình đã đoán đúng rằng tại sao mấy chục năm nay khi dự những tiệc lễ ở đình làng thì tôi luôn luôn bị xếp ngồi riêng một mâm, dưới bất cứ vị chức sắc

Ảnh Bố Mẹ năm 1932:

Bà Bùi Thị Nhung (1915-1955) & Ông Phạm Hữu Định (1911-1974). Bức ảnh này chụp vào ngày họ làm đám cưới năm 1932 tại Nam Định (Bắc Phần). Vì loạn lạc tấm ảnh này đã thất lạc. Đến năm 1954, gia đình di cư từ Hànội vào sinh sống tại Sàigòn, may mắn sao người bạn cũ của ông Định còn lưu niệm được bức ảnh này mới cho mượn để làm bản sao lại.

nào của làng, chỉ trên có mâm anh Mõ mà thôi!... Tôi muốn nhân dịp này để bạch hóa thái độ, cũng như sự chọn lựa tư cách phục vụ của mình. Cụ cho phép?

- Xin cung kính lắng nghe.

- Tôi tự xác nhận là đã và sẵn lòng cộng tác với chính quyền cai trị của Pháp thuộc địa. Tuy nhiên, mặt khác, phương cách phục vụ của tôi suốt đời không chỉ dành riêng cho giới người Pháp ở nước ta mà còn mong muốn và cũng đã phục vụ được bất cứ ai. Thưa cụ.

- Nghĩa là...

- Tôi hành nghề chuyên môn của mình mà chưa hề phân biệt đối xử với bất cứ dân cư nào đang sinh sống trong xã hội này. Người ta, tôi vốn đã trân trọng đối xử, là rõ lẽ rồi. Nhưng hơn nữa, đến như các gia súc - mọi loài vật, tôi cũng luôn luôn phục vụ tận tình.

- Tôi hoàn toàn đồng ý với quan ngài. Tuy nhiên, mặt khác, tôi muốn được nghe ý kiến của ngài về sự kiện ông Nguyễn Thái Học và 12 đồng chí của ông ấy họ mới đây bị Pháp thuộc địa xử chém tại Yên Bái[6]. Quan ngài thấy sao?

- Họ là những anh hùng - liệt sĩ đền nợ nước.

- Có thực tâm quan ngài nghĩ vậy không?

- Theo tôi, là người Việt thì ai cũng nghĩ vậy cả. Những ai dám hy sinh vì dân tộc đều đáng được kính trọng cả, thưa cụ. Nhưng đồng thời tôi lại không hề

---

6 Xin xem thêm chi tiết ở https://vietbao.com/a282350/le-tuong-niem-anh-hung-nguyen-thai-hoc-va-12-liet-si-yen-bai-chu-nhat-ngay-17-6-2018-tai-tacona & https://vi.wikipedia.org/wiki/Nguy%E1%BB%85n_Th%C3%A1i_H%E1%BB%8Dc

đồng ý chủ trương bạo động như việc làm của anh hùng Nguyễn Thái Học.

- Thế quan ngài cam chịu khuất phục dưới ách cai trị của Pháp ngoại bang?

- Có ai là con dân Việt mà chỉ muốn sống chui rúc dưới ách thống trị của ngoại bang không?

- Thế quan ngài dạy bảo ra làm sao?

- Lịch sử cận đại đã chứng minh là dân tộc ta trên nửa thế kỷ nay luôn tìm cách áp dụng vào thực tế xã hội cái tinh thần quật cường - bất khuất của truyền thống ông cha ta đã từng thực thi trong cả trên ngàn năm trước đây rồi.

- Nghĩa là?

- Ôm sẵn trong ta cái ý chí quật cường - bất khuất, nhưng trước khi quyết định hành động thì phải luôn bao giờ cũng tỉnh táo để có nhận định thực tế khách quan về lịch sử mới được: Xã hội Việt Nam ta hiện đang trong giai đoạn tiếp thu và thực thi chưa đủ chín mùi những nội dung dân sinh - dân chủ - dân quyền[7] từ luồng gió mới do cuộc xâm lược của Pháp du nhập sang nước ta. Theo dự đoán của cá nhân tôi, khi xã hội ta chan hòa sinh hoạt đầy đủ mấy nội dung này mà thăng hoa thì sớm muộn gì bắt buộc ách thống

---

[7] **Phong trào duy tân**, *"tự lực khai hóa"*, Khai dân trí, chấn dân khí, hậu dân sinh. Chủ trương bất bạo động, phổ biến các giá trị của nền văn minh phương Tây như **pháp quyền - dân quyền - nhân quyền - dân chủ - tự do - bình đẳng - bác ái**, cải cách trên mọi lãnh vực xã hội. Nhân vật đại biểu cho chủ trương này là Phan Chu Trinh (hay Phan Châu Trinh) sinh 9 tháng 9, 1872 - mất: 24 tháng 3, 1926. [có thể đọc thêm ở https://vi.wikipedia.org/wiki/Phan_Ch%C3%A2u_Trinh]

trị của Pháp cũng phải cởi mở nếu không muốn bị tự triệt tiêu.

- Viễn kiến ấy của quan ngài như vậy có ảo tưởng lắm chăng?

- Xin phép cụ Tiên chỉ, cho tôi được duyệt sơ lại mấy hiện tượng tiêu biểu xuất hiện ở xã hội ta trong vòng trên nửa thế kỷ nay:

Đầu tiên là chính quyền nhà Nguyễn bắt buộc liên tiếp lùi bước trước áp chế của bọn Pháp thuộc địa. Nhưng song song đấy, các phong trào Cần Vương - Văn Thân vẫn nỗ lực hoạt động, hết đợt này đến đợt khác, rồi khi hấp thụ thêm những điều kiện mới ngoại nhập để thành những cuộc khởi nghĩa chống Pháp, như Phan Đình Phùng - Hoàng Hoa Thám... và gần nhất là Việt Nam Quốc Dân đảng đã dựa vào khuôn mẫu Trung Hoa Quốc Dân đảng, với lãnh tụ đại diện là Nguyễn Thái Học. Mặc dù những phong trào khởi nghĩa này không thành công, có thể vì chuẩn bị chưa đủ, có thể vì vội vàng vay mượn khuôn mẫu mà chưa chín muồi nhiều mặt để tạo đà thúc đẩy kế hoạch đưa đến thành tựu; nhưng mặt khác rõ rệt là những giao động ấy hết sức cần thiết để nuôi dưỡng ý chí bất khuất - quật cường.

Trong khi đấy, giới trí thức Việt thiên về chủ trương tân thời, từ Nam chí Bắc, liên tục tạo nên những nỗ lực hoạt động sáng tạo đổi mới mọi mặt dần dần hiển hiện ra ở sinh hoạt xã hội ta, từ tiếng Việt hình thành và phổ cập qua truyền thông - báo chí và các văn thi đoàn, từ phong trào giao thoa tư tưởng học thuật mới (với những Gia Định Báo - Đông Dương Tạp Chí - Nam Phong Tạp Chí - Lục Tỉnh Tân Văn...). Những hoạt động tiêu biểu như kể trên mặc dù vẫn còn quá mới mẻ nên thường bị hiểu lầm và chụp mũ là gián tiếp hoặc trực tiếp tay làm tay sai cho Pháp thuộc địa; nhưng mặt khác phải nhìn nhận khách quan rằng tất cả những nỗ lực này đã và đang dần dần thay đổi bộ mặt xã hội ta, đồng thời cũng đang trên đà biến đổi mà thấm sâu đến tận nền móng cuộc sống của dân tộc ta...

- Quan ngài liệt kê những sự kiện đại khái như trên, thực ý ngài muốn đề cập đến điều gì?

- Tôi muốn trình bày cái sự thực diễn ra trong biến chuyển lịch sử của trên nửa thế kỷ qua tại đất nước ta. Những biến chuyển ấy bao giờ cũng cho thấy được cả hai mặt hậu quả(tiêu cực)và kết quả (tích cực) liên hợp với nhau, không chuyển biến nào hoàn toàn vô ích cả, cũng chẳng chuyển biến nào mà không lưu lại dấu ấn hết. Nói chung, mọi nỗ lực hoạt động đều cần thiết như nhau.

**

- VI -
ôn cố - tri tân[8]

- Dựa vào đâu mà quan ngại nhận định như vậy?
- Tôi học hỏi từ quá khứ lịch sử của dân tộc ta. Bốn lần Bắc thuộc[9] chiếm tổng cộng gần một ngàn năm bị ngoại bang đô hộ, chúng ta rút ra được những bài học nào:

Chẳng hạn có đến cả trên hai mươi cuộc dân Việt vùng lên kháng chiến chống ngoại xâm - đòi độc lập của các anh hùng - liệt nữ. Đấy hẳn phải là diễn tập sự quật cường, tôi luyện cho bản chất bất khuất - kiên cường của dân Việt ta?

---
8 *"Ôn cố nhi tri tân, khả dĩ vi sư hĩ"* (Xem xét việc xưa mà biết việc nay, thì có thể làm thầy vậy), câu trong thiên "Vi Chính" thuộc "Luận Ngữ" trong Tứ Thư của Khổng Tử. [xin xem thêm từ nguồn trên Google: trithucvn2.net]
9 Xin xem vào chi tiết ở
https://vi.wikipedia.org/wiki/B%E1%BA%AFc_thu%E1%BB%99c

Chẳng hạn khi giành lại được độc lập rồi nhưng giới nho sĩ Việt lại đã thấm nhuần Khổng giáo mà cứ thế thực hiện chủ trương áp dụng nguyên mẫu tư tưởng và khuôn cai trị đúng theo tinh thần của bọn thống trị phương Bắc. Đấy có phải là dân ta đã giành độc lập được nhưng vẫn còn thiếu đi tinh thần tự lập - tự chủ, thiếu óc sáng tạo mà vô thức để chịu nô lệ tư tưởng của người?

- Quan ngài đang gián tiếp hài tội chúng tôi đấy sao?

- Cụ Tiên chỉ suy diễn vơ vào một cách gián tiếp như vậy thì tôi thành thực xin cụ thứ lỗi cho. Thực tâm tôi chỉ muốn nhân đây bày tỏ ý kiến riêng của mình để mong được trao đổi - thảo luận cho ra lẽ với cụ mà thôi. Chúng ta hãy cùng giúp nhau đưa ra được nhiều ý kiến trung thực và khách quan cho những nhận định lịch sử dân tộc mình để cùng nhau hoàn thiện được mức hiểu biết sâu xa, hầu tích cực đẩy mạnh cơ hội giải tỏa được ách nô lệ không những trên phương diện chính trị - xã hội mà trước hết, đầu tiên hết phải là tư tưởng - tinh thần...

- Chắc quan ngài còn muốn giãi bày tiếp?

- Vâng. Chẳng hạn như thời xa xưa, giới trí thức Việt ta đã nỗ lực kiên trì vượt nhiều trở ngại để tích cực đóng góp quá trình xây dựng ý thức tự chủ. Trong ấy nổi bật nhất là sự kiện lấy căn bản chữ Hán để phiên âm và tạo nên chữ Nôm, để khi viết và đọc lên chữ Nôm thì chỉ người Việt hiểu thôi. Và mặc dù thứ chữ này cũng khó học và khó phổ biến như chữ Hán vậy, thế mà các cụ ta cũng hết sức cố gắng bành trướng bằng cách sáng tác thơ văn chữ Nôm để lưu lại những thế hệ sau. Rồi tới bắt đầu từ thế kỷ 16, giới tu sĩ Thiên Chúa từ Bồ Đào Nha - Tây Ban Nha - Hòa Lan - Pháp lần lượt sang nước ta truyền giáo, họ vì lợi ích phổ biến tín ngưỡng đạo của họ để thu nhận thêm giáo dân ở dân cư vùng đất mới đến, họ đã tận dụng óc sáng tạo cũng của riêng họ mà dựa vào mẫu tự La Tinh để phiên âm tiếng dân Việt ta thường nói ra từ cửa miệng mà viết thành chữ Việt. Đồng thời, hoạt động truyền đạo của họ bành trướng đã tạo nên ảnh hưởng lớn mạnh đến độ khiến trực tiếp đe dọa tới quyền uy tối thượng cai trị thuộc khuôn mẫu quân chủ trong xã hội Đông phương. Hậu quả là phong trào *'diệt trừ bọn tà đạo'* xuất hiện một cách tàn nhẫn đến độ khủng khiếp. Hai sự kiện này cọ sát vào nhau mãnh liệt, nhưng lại phải tới mấy năm cuối của thế kỷ 19, khi Pháp sang xâm chiếm nước ta, họ dần dà chính thức hóa cho việc phổ biến Việt ngữ, và dân ta cũng hân hoan tiếp nhận. Sau đấy Việt ngữ mới được dịp phổ cập, riết rồi ngày nay có thực sự trở thành quốc ngữ hay không, tất cả cũng phải nhờ vào sự tận dụng của chính dân ta mà thôi, thưa cụ.

- Quan ngài đang làm công việc của "ôn cố - tri tân", như ông cha - tổ tiên ta đã từng chỉ dạy?

- Dạ. Cụ dạy chí phải. Nhưng xin phép, nhân lời hướng dẫn của cụ đây, tôi lại phải bàn rộng và sâu thêm vào vấn đề "ôn cố - tri tân". Nghĩa là khi đề cập tới ý nghĩa của câu thành ngữ ấy thì chúng ta nên hiểu sâu xa vào ít nhất ở hai phương diện:

Thứ nhất, tiền nhân ta đã lưu lại nguyên văn trong kinh điển của Nho giáo phát xuất từ bên Trung Hoa; và cứ thế mà truyền tụng lại, qua nhiều đời, riết rồi vô thức các thế hệ sau lại cứ đinh ninh rằng đấy là câu 'thiệu' của dân tộc ta.

Thứ nhì, nội dung ý nghĩa của câu nói ấy chỉ *'chiếu theo quá khứ - biết tương lai'* và được suy diễn ra một cách đơn giản là 'bổn cũ soạn lại' hoặc là diễn giải một chiều là 'lặp lại lịch sử'. Nếu hiểu sơ sài như thế thì bỏ quên mất đi tác động chính là sự vận hành biến chuyển của vũ trụ - vạn vật - và lịch sử tiến bộ của loài người. Đó là ý nghĩa của câu *"Nhật tân - nhật nhật tân - hựu nhật tân"*. Nghĩa là mỗi nơi biến chuyển một khác, mỗi thời đại đều có những tiến độ khác biệt thì bắt buộc phải diễn giải nội dung sâu rộng thêm lên mới diễn đạt một cách chính xác vấn đề. Chẳng hạn thành ngữ *"Ôn cố - tri tân"* đến thời đại chúng ta đây phải diễn nghĩa là: Điểm lại những diễn biến trong quá khứ, Tái xét - Phân loại - Đánh giá chúng thì mới có thể dự báo được những gì sắp xảy ra để tích cực tham gia - nỗ lực kích hoạt - chấp nhận những sai sót - sai khác mà sống được tối đa ích lợi cho mình, cho mọi người, cho thời đại mình đang sống.

- Câu *"ôn cố - tri tân"* thuộc Luận Ngữ mà câu *"Nhật tân - Nhật nhật tân- Hựu nhật tân"* ở Kinh Dịch. Tất cả đều nằm trong các bộ sách Tứ Thư - Ngũ Kinh của Khổng giáo cả!

- Dạ. Cụ Tiên chỉ nhắc nhớ một cách khẳng định chính xác lắm. Tuy nhiên, đến khi Pháp sang xâm chiếm nước ta, họ cho du nhập vào xã hội ta cái nền văn minh - văn hóa Tây phương...

**

- VII -
Khơi nguồn

Thế theo quan ngài thì ta phải chọn theo nền văn hóa nào?

- Thưa cụ, chúng ta chỉ lấy căn bản ở nếp văn hóa dân tộc làm chính, đồng thời tiếp thu mọi nội dung văn minh - văn hóa ngoại nhập để tôi luyện cho phong phú hóa nếp nhà, trên bước tiến bộ trường tồn của dân tộc.

- Quan ngài thử nêu cụ thể một vài nét tiêu biểu, được chăng?

- Đề cập đến nội dung văn minh - văn hóa thì quá rộng lớn, vô chừng. Trong chốc lát, xin chỉ nêu một vài nét độc đáo nhất. Như cả trên hai ngàn năm trước, bên Tây phương có triết gia Hy Lạp Socrates đã nói:

"Hãy tự biết lấy chính mình"[10]. Rồi gần bốn trăm trước, triết gia người Pháp Descartes cũng đã nói: *"Tôi tư duy - nên tôi hiện hữu."*[11]

- Nghĩa là?

- Chỉ riêng về lãnh vực triết lý sống không thôi, câu nói nêu trên của ông Socrates cho ta nghiệm thấy đấy chỉ diễn tả một cách khác với câu *"Phải thận trọng ngay cả lúc ở một mình"* ghi trong sách Đại học[12]. Như vậy, cách đây cả trên hai ngàn năm, dân cư ở các nước Đông phương và Tây phương họ đã gặp nhau ở tư tưởng rồi. Còn như câu phát biểu của Descartes thì lại cho ta thấy người Tây phương đã đào sâu để thấu hiểu rõ hẳn về lãnh vực 'trí '; còn bên đông phương ta, theo sự hiểu biết còn nông cạn của tôi, thì xem ra tìm hiểu cặn kẽ thiên về 'tâm' nhiều hơn.

- Quan ngài đang mở mang trí tuệ cho tôi qua nhận xét này.

- Cụ Tiện chỉ quá khen chăng... Chân thực mà nói, tôi vẫn còn đang cố gắng học hỏi từ túi khôn của nhân loại thôi, thưa cụ.

---

10 *"Connais - toi toi mêmê"*, câu của Socrates (470 mất: 15 tháng 2, 399 TCN), triết gia Hy Lạp. Nguồn: https://vi.wikipedia.org/wiki/Tri%E1%BA%BFt_h%E1%B-B%8Dc_ti%E1%BB%81n_Socrates

11 *"Je pense, donc je suis"* (Cogito ergo sum; I think, therefore I am): **Tôi tư duy, nên tôi hiện hữu**, câu nói của René Descartes (1596-1650), triết gia người Pháp trong *"les Principes de la philosophie"* (1644). Cuốn sách nổi tiếng của ông là *Le Discours de la méthode*. [https://fr.wikipedia.org/wiki/Cogito_ergo_sum#:~:text=Descartes%20d%C3%A9couvre%20que%20le%20sujet,%2C%20donc%20je%20suis%20%C2%BB).

12 *"Quân tử thận kỳ độc"*, sách Đại Học trong bộ Tứ Thư Tập Chú do Chu Hy (1130-1200)

- Như quan ngài vừa cho biết, trên hai ngàn năm trước tư tưởng Đông-Tây đã có nét giao thoa với nhau. Nếu chẳng có gì thêm nữa thì nghe ra có vẻ hoang đường.

- Thưa cụ, nếu tôi nhớ không lầm, tài liệu lịch sử nhân loại có ghi là "Con đường tơ lụa" nối liền Đông-Tây đã hình thành từ thế kỷ 2 TCN. Con đường này được thành lập ban đầu với ý định quân sự nhiều hơn; nhưng sau đấy nó nhờ giới kinh doanh thương mại ở hai phía nuôi dưỡng mà trường tồn để trao đổi giữa Đông-Tây các phẩm vật, gia súc, gia dụng... Nhờ đấy mà mọi dân cư hai phía dần dần gia tăng mối giao tiếp với nhau, rồi những nét văn hóa - văn minh Đông-Tây cũng theo thời gian làm quen - giao thoa với nhau, mặc dù thỉnh thoảng có đứt quãng.[13]

- Ồ. Vậy ra từ thửa sơ khai, loài người đã có thói quen luôn nỗ lực vượt những trở ngại về địa dư mà tiến lại gần nhau rồi...

- Vâng. Những yếu tố này cho ta hiểu rằng con người vốn bản chất muốn quần tụ sống, *'quần tụ gây sức mạnh'*.

- Thế còn ngoài nhu cầu luôn học hỏi từ túi khôn của nhân loại, dân tộc ta có vun đắp được cái gì tạm gọi là chút vốn liếng lận lưng hay không, quan ngài?

- Thưa cụ. Trong nhất thời, và cũng chưa đủ tài liệu để suy tư chín chắn để có thể trả lời ý kiến riêng của mình được.

---

13 Xem vào chi tiết ở: https://vi.wikipedia.org/wiki/Con_%C4%91%C6%B0%E1%B-B%9Dng_t%C6%A1_l%E1%BB%A5a .

- Cũng như quan ngài đã bày tỏ, chúng ta cứ chân tình trao đổi những suy đoán đi.

- Được sự cởi mở của cụ Tiên chỉ, tôi mạo muội nêu ra đây một số suy nghĩ thiển cận của riêng mình. Mong cụ góp thêm nhận xét vào, nhá.

- Quan ngài cứ tự nhiên giãi bày.

- Chẳng hạn như đề cập đến *"Tam giáo đồng nguyên"*, ba giáo pháp Nho-Phật-Lão cộng hưởng lại làm một[14], thì trước hết, không chỉ Việt Nam ta mà nhiều quốc gia ở phương Đông địa cầu đều có hiện tượng này. Tại sao? Tại vì dân tộc nào, dân cư ở lãnh thổ nào cũng đều sẵn nếp sinh hoạt tâm linh độc lập riêng cả. Ở Việt Nam ta có tài liệu cho rằng nội dung thực thi có tính cách 'tam giáo đồng nguyên' hiện diện từ giai đoạn Bắc thuộc cơ. Tuy nhiên, chính thức danh xưng này bắt đầu xuất hiện từ triều đại nhà Lý (1010-1225) và hưng thịnh ở triều đại mấy vị vua đầu nhà Trần (1225-1413)...

- Nhưng dân tộc ta có đạo giáo riêng không?

- Có chứ! Đạo thờ tổ tiên - ông bà - cha mẹ. Đạo thờ các Anh hùng - Liệt nữ, chẳng hạn như từ huyền thoại thì có đức Thánh Gióng, từ lịch sử thì có đức Thánh Hưng Đạo Đại Vương Trần Hưng Đạo, gọi tắt là đền thờ Đức Thánh Trần...

- Còn đạo giáo tâm linh?

- Chẳng hạn như đền thờ đức Thánh Mẫu: Dân cư miền thượng thờ đức Chúa Thượng Ngàn, ở đồng bằng

---

14 có thể xem để biết thêm ở https://vi.wikipedia.org/wiki/Tam_gi%C3%A1o & https://www.nhipcaugiaoly.com/post?id=142

Bắc phần thì thờ Chúa Liễu Hạnh, miền Nam có thờ Bà Chúa Sứ...

- Mấy hiện tượng này nghe nói phát xuất từ đạo Lão.

- Nhưng rõ rệt từ hình thức đến nội dung đều đã được Việt hóa cả. Chẳng hạn như từ căn cốt thờ Hai Bà Trưng đánh đuổi quân Hán phương Bắc[15] mới có đạo Mẫu là vậy.

- Thế những sinh hoạt trong các đền chùa như Lên Đồng - Cầu Cơ - Xin Xâm... thì sao?

- Đấy vốn là các hình thức sinh hoạt bình dân hóa tín ngưỡng phổ biến nhằm đáp ứng rộng rãi nhu cầu tâm linh trong dân gian.

- Vậy theo quan ngài, trong lịch sử dân ta có những vị nào sống suốt đời đúng với nếp văn hóa truyền thống Việt?

- Thưa cụ Tiên chỉ, không ít đâu. Nhất thời tôi chỉ xin nêu ra đây hai nhân vật tiêu biểu mà trong sử ta có ghi chép lại rõ ràng: Vào triều đại Nhà Trần có Trần Tung và vua Trần Nhân Tông.[16]

---

15 **Hai Bà Trưng** (? – 5 tháng 3 năm 43) là tên chỉ chung hai chị em Trưng Trắc và Trưng Nhị, hai phụ nữ được tôn sùng là anh hùng - liệt nữ của dân tộc ta. Trong sử sách, hai bà được biết đến như là hai thủ lĩnh khởi binh chống lại chính quyền đô hộ của Đông Hán, lập ra một quốc gia với kinh đô tại Mê Linh. Trưng Trắc tự phong là Nữ vương... Đại Việt sử ký toàn thư coi Trưng Trắc là một vị vua trong lịch sử, với tên gọi Trưng Nữ vương. Xem chi tiết ở: https://vi.wikipedia.org/wiki/Hai_B%C3%A0_Tr%C6%B0ng

16 **Tuệ Trung Thượng sĩ** (1230-1291) tên thật là Trần Tung hay Trần Quốc Tung https://vi.wikipedia.org/wiki/Tu%E1%BB%87_Trung_Th%C6%B0%E1%BB%A3ng_S%C4%A9 & Trần Nhân Tông (7 tháng 12 năm 1258 – 16 tháng 12 năm 1308), https://vi.wikipedia.org/wiki/Tr%E1%BA%A7n_Nh%C3%A2n_T%C3%B4ng

- Đấy là hai vị khai sáng ra phái Thiền Trúc Lâm.

- Đã hẳn. Quá nhiều tài liệu đề cập tới hai nhân vật kiệt xuất này, và đương nhiên là cụ cũng đã biết quá rõ về họ. Ở đây tôi chỉ xin đưa ra một vài nhận định cô đọng, từ suy nghĩ riêng tư của mình, để nói lên nội dung căn cốt mang nặng dân tộc tính của họ mà thôi.

- Tôi xin kính cẩn lắng nghe.

- Thứ nhất, Trần Tung mang danh là Tuệ Trung Thượng Sĩ, ngài suốt đời tu thân bằng chính cuộc sống thực ngoài đời nhằm phục vụ cho nhân quần - xã hội.

- Quan ngài muốn nói...

- Chẳng cần dài dòng. Chỉ xin trích ra đây một đoạn trong những giai thoại lưu truyền lại về ngài:

Một hôm, Nguyên Thánh Thiên Cảm Hoàng Thái Hậu mở tiệc trong cung điện. Trên bàn có cả thức ăn mặn và thức ăn chay. Tuệ Trung Thượng sĩ gắp thức ăn không phân biệt chay hay mặn. Hoàng thái hậu hỏi: "Anh tu Thiền mà ăn thịt cá thì làm sao thành Phật được?" Ông cười đáp: "Phật là Phật, anh là anh. Anh không cần thành Phật. Phật cũng không cần thành anh. Em không nghe các bậc cổ đức nói: Văn Thù là Văn Thù, giải thoát là giải thoát đó sao?"

- Theo quan ngài thì ta phải hiểu ra sao?

- Phật trước khi thành Phật, ngài vốn sẵn là một con người sống thực trước đã, không hề là một khuôn mẫu tưởng tượng. Khi giác ngộ, ngài tiếp tục sống đời như bất cứ một ai khác, chỉ để giúp bất cứ ai thấu hiểu và ứng dụng được những hiểu biết như ngài. Với nội dung câu trả lời như trên, tôi cho rằng ngài Trần Tung nắm vững được yếu chỉ của điều Phật dạy.

- Ồ!... Thế còn đức ngài Giáo Hoàng Điều Ngự?

- Vua Trần Nhân Tông cũng vậy: Cả đời ngài sống đã tạo không biết bao nhiêu công đức. Từ hai lần đại phá quân Nguyên từ phương bắc xuống, dẹp loạn trong nước, rồi lại hai lần dẹp quân Ai Lao từ phương Tây đến, hòa hoãn với Chiêm Thành ở phía Nam nước ta... Cho đến lúc về hưu, ngài lên tu trên núi Yên Tử. Thế mà có người thắc mắc, sao lại chọn núi gần biên giới Việt-Trung mà tu vậy, ngài phán đại ý là : "Vừa tu vừa gác giặc phương bắc!" Cụ Tiên chỉ thấy thế nào?

- Cuộc đời của chính Đức Ngài quả là đã để lại một khuôn mẫu đặc biệt nổi bật chất tự lập - tự chủ, căn cốt của nếp văn hóa Việt.

- Chưa hết. Câu đầu của bài thơ tên là Thi Vân ở đoạn chót của Cư Trần Lạc Đạo Phú, đức ngài đã viết: *"Cư trần lạc đạo thả tùy duyên"*. Nếu chiếu theo đời Ngài đã sống thì theo tôi, ta dịch thật cô đọng là: "Ở đời mà vui đạo - cứ tùy duyên", hay rõ hơn nữa thì là "Hãy vui với đạo lý mà sống trong cõi trần gian này". Còn muốn diễn giải vào chi tiết thì là: Sống hết cuộc đời trong trần tục mà luôn hành động hòa vui được với đạo nghĩa chừng nào là do ở duyên phận mỗi người chúng ta cả. Như vậy ta có thể biết được rằng: chính nội dung thơ phú của đức ngài trực tiếp diễn đạt những gì mà đức ngài đã sống thực, đã trải qua.

- Quan ngài khiến tôi chợt đắc ý mà nhớ ra rằng:
"*Thứ nhất là tu tại gia*
Thứ nhì tu chợ - thứ ba tu chùa"
- Đúng. Câu ca dao ấy lột tả được cách sống ở đời của bất cứ ai trong chúng ta, một nếp văn hóa truyền thống của dân tộc ta: Là một dân tộc nhỏ yếu, chung quanh đều là những nước nếu không to lớn quá - đông dân cư hơn thì cũng hiếu chiến, muốn sống sót thì phải chọn biết tu tập thân-tâm mình ngay trong đời sống hằng ngày, phải học hỏi và ứng dụng thực tập không ngừng những gì thuộc túi khôn của chung nhân loại, phải hòa hợp mà đừng để bị đồng hóa, cũng như luôn sống trong mục đích phục vụ gia đình - xã hội, nghĩa là phục vụ cho chính mình vậy.

**

- VIII -
mở lòng ra

— Ngày hôm nay thật là hy hữu được tiếp chuyện với quan ngài...

- Đây là cái may mắn lớn chưa từng mà cá nhân tôi mong muốn có được...

- Quan ngài đừng khiêm tốn như vậy, làm tôi hổ thẹn trong lòng. Quan ngài có biết không. Người xưa đã dạy: *'Ngay cả khi ở một mình cũng phải thận trọng mà tự tái xét lấy mình.'*[17] Nay thật là vinh hạnh được trao đổi chuyện trò với quan ngài, tôi tự thấy rằng mình lâu nay chỉ chuyên chú vào lãnh vực tự xét xem mình hành động có đúng như lời các cụ ta xưa đã chỉ bảo. Nhưng bây giờ tôi mới nhận ra là như thế chỉ là rập khuôn một cách tiêu cực mà đồng thời tôi lại càng lúc càng lơ là bỏ qua mất cơ hội học hỏi, chẳng chịu

---

17 ***"Quân tử thận kỳ độc...":*** *'Người ta phải thận trọng ngay cả lúc ở một mình'*, trích từ sách Đại Học, trong Tứ Thư, Tứ Thư Tập Chú, của Chu Hy (1030-1200)

luôn tiếp thu thêm những tư tưởng mới du nhập vào và đang tạo những đổi thay trong cuộc sống của chúng ta mỗi ngày. Nghĩa là tôi chỉ chăm chăm rập lại đúng khuôn mẫu của người xưa mà chẳng hiểu rằng vận hành của lịch sử loài người luôn luôn biến đổi, luôn luôn tiến bộ. Do đấy, ta cần phải sống sao cho đáp ứng với những biến động do xã hội chuyển dịch đang tiến tới... Tôi phải thú thật như vậy.

- Cảm tạ thái độ thật chân tình mà cụ Tiên chỉ vừa thổ lộ.

- Quan ngài chủ động tới gặp tôi đây, chắc hẳn phải có chủ ý nào nữa chứ?

- Dạ thưa cụ Tiên chỉ, lần này tôi về đây là chỉ muốn được nghỉ hưu luôn tại quê nhà.

- Điều này đã hẳn... còn là cái may mắn lớn cho tôi, sẽ được thường xuyên gần gũi tiếp chuyện quan ngài.

- Hân hạnh. Hân hạnh vô cùng. Ngoài ra còn một vấn đề mà tâm tư lấn bấn cả nửa thế kỷ nay, muốn được thưa với cụ.

- Xin cung kính lắng nghe.

- Trước đây hai dòng họ Phạm của cụ và Bùi của tôi vẫn cùng nhau theo đuổi thư hương, chuyên ngành học tập - thi cử, rạng danh văn học làng ta, không những tổng - huyện mà cả tỉnh nhà cũng phải vị nể. Nhưng từ khi Pháp sang xâm chiếm, họ Phạm của ngài chọn con đường chỉ làm thầy đồ trong làng - huyện, không thi cử ra làm quan nữa, mà đồng thời còn thiên hẳn hoạt động trực tiếp với các phong trào Cần Vương - Văn Thân; còn họ Bùi chúng tôi thì cứ thế mà tan tác, chìm lỉm vào bóng tối. Hiện tượng này gây sự chia cắt đến độ có lúc thành chống đối lẫn nhau. Gần nửa thế kỷ qua, làng ta quay quắt trong ngậm ngùi...Đấy là cách diễn đạt thực trạng của tôi. Chẳng biết cụ Tiên chỉ nhận thấy sao?

- Quả có đúng như vậy thật.

- Đến nay, tuổi chúng ta đều đã hưu trí. Tôi nghĩ là chúng ta phải chủ động xóa bỏ hiện trạng bi thảm này đi.

- Quan ngài nghĩ xem, hai chúng ta có thể làm gì đây?

- Nếu cụ Tiên chỉ chẳng nề hà, tôi xin đưa đề nghị.

- Mong được quan ngài chỉ bảo.

- Hai gia đình chúng ta hãy chính thức kết thân với nhau.

- Xin được nghe ý kiến cụ thể từ quan ngài.

- Không biết cụ có nghe biết chút gì về đứa con gái lớn của tôi...

- Nghĩa là cô con bà chính thất của quan ngài?

- Sinh một mụn con gái mới được vài tuổi thì bà nhà tôi ngã bệnh. Tự biết chẳng qua khỏi, bà ấy đã đưa cô cháu gọi bằng dì ruột vào thế. Bà hai nhà tôi tuổi nhỏ chưa thể quán xuyến được việc nhà bề bộn, bắt buộc tôi phải lấy thêm bà kế mẫu. Bà ba này tuổi trưởng thành nhưng lại là người gốc Thanh Hóa, nơi mà trên chục năm nay tôi đã chuyển việc quan về đấy...

- Cơ sự này tôi cũng được biết sơ qua.

- Chẳng qua là số kiếp của bà chính thất như vậy khiến tôi luôn áy náy, canh cánh bên lòng. Còn riêng mụn con gái đầu ấy, tôi rất mực cưng chiều: Tôi đặc biệt mời thầy về tận nhà dạy nó học chữ từ lúc cháu nó mới ba bốn tuổi. Vốn yếu đuối từ nhỏ, đến độ sáu tuổi, cháu nó cứ quặt quẹo mà nhiều bác sĩ Tây y đều chịu thua - không kiếm ra được chính xác nguồn bệnh. Cuối cùng , nhờ một vị tộc trưởng quen biết giới thiệu cho vị lương y ở trên vùng Sapa - Hoàng Liên Sơn, tôi đành phải đích thân đưa cháu lên đó. Rủi sao đêm xuống đi đến giữa rừng thì gặp mưa bão, ôm cháu một mình một ngựa, lạc mất đám tùy tùng, tôi cảm khái than thầm: *"Nàng bỏ ta mà sớm ra đi, còn đây đứa con gái yêu quí của đôi ta nhỏ dại - bệnh tật thế này...Thôi, có lẽ ta và con cũng nhân đây mà đi theo nàng luôn cho đỡ ân hận canh cánh bên lòng..."* Vừa nhủ thầm mà vừa thúc ngựa chạy bừa giữa màn sương khuya lạnh buốt bao phủ mịt mù khắp chốn... May sao lúc ra được khỏi rừng rậm thì trời cũng vừa hết mưa gió, bình minh ló rạng, và bắt kịp với đám người ngựa tùy tùng. Rồi một tuần ở lại láng, uống thuốc do vị lương y người Thái Trắng kia sắc lấy, cháu nó khỏi lại và khỏe mạnh cho đến giờ...

- Đấy thật là nhờ ân phúc dầy.

- Năm ngoái cháu nó đã đậu bằng Thành Chung[18] lúc 15 tuổi.

---

18 **Thành chung**, Diplome d'Etude Primiere Superieur, gọi tắt là Brevet. Trong hệ thống học vấn thời Pháp Thuộc Địa, học sinh học hết 5 năm tiểu học xong phải học thêm 4 năm trung học nữa mới được đi thi để lấy bằng này.

- Được quan ngài đặc biệt ưu ái chính thức ngỏ lời tâm huyết như thế này, tôi lúng túng chẳng biết nói sao nữa...

- Nếu cụ Tiên chỉ không chê, tôi mong cháu nó được kết thân với cậu nào bên cụ.

- Bất ngờ quá, tôi thật bối rối...

- Tôi trộm biết, nhờ Trời- Phật - Tổ Tiên - Ông Bà phù hộ, bên cụ quả có đông các anh. Như anh Đội Phủng[19] vừa phải phát vãng tù ngoài Côn Sơn nhân vụ Khởi Nghĩa Yên Báy. Anh Soạn[(19)] thì đang phục vụ phong trào Kháng Chiến ở đâu đấy...

- Đến anh Định[(19)] nhà tôi thì… nghe đâu đang làm biện tập cho tờ Gia định thời Báo ở trong Nam.

- Tôi tưởng anh ấy vẫn đang học ở Hànội chứ?

- Vốn là thế. Nhưng cách đây hai năm, đã cùng bạn quê ở Thái Bình trên đường về đây, anh ấy rủ bạn ghé qua nhà. Lúc ấy tôi đang thăm bạn bên làng Bách Cốc. Anh ấy dẫn bạn vào xem tủ sách gia đình, khoe bộ sách hiếm quí bằng chữ Nôm là *Chinh Phụ Ngâm Khúc*. Mê quá, người bạn liền hỏi mượn đem về quê nghiền ngẫm rồi tháng sau trở ra thì sẽ tạt qua đây trả lại cuốn sách ấy và để cùng nhau lên Hànội tiếp tục việc học. Hứng chí mà quên luôn rằng đấy là một trong những cuốn sách mà tôi đã xếp vào loại gia bảo, anh Định nhà tôi cho mượn liền. Tới khi tôi thăm bạn trở về. Thì cứ đúng theo lệ thường, tôi kêu vào để khảo sát xem nửa năm trời vắng nhà đi học chữ Pháp,

---

19 Tên thật của ba người này thứ tự là Phạm Hữu Phủng - Phạm Hữu Soạn - Phạm Hữu Định.

anh ấy có xao nhãng mà quên đi mất bao nhiêu chữ Hán-Nôm. Chẳng biết sao, lúc ấy tôi lại bảo vào lấy cuốn Chinh Phụ Ngâm ra hiên đọc lớn cho tôi nghe. Cuống cuồng anh ấy vớ cuốn *Kim Vân Kiều* truyện ra rồi ấp úng đọc. Vài câu đầu còn thuộc sẵn, anh ấy đọc đúng nhưng sau dần thì sai bét! Giựt lấy cuốn sách, tôi mới phát giác ra sự thể. Anh ấy phải thú thật là vừa cho bạn mượn rồi! Thế là tôi nổi nóng, cầm gậy đuổi đánh. Anh ấy cứ thế mà chạy khỏi nhà rồi sẵn trớn lên Hànội trốn luôn!... Mới đây nghe báo lại rằng anh ấy đã được bạn giới thiệu vào trong Nam làm báo kiếm sống ở Sàigòn rồi.

- Ồ… Hay quá đấy.

- Quan ngài bảo sao?

- Quý bạn hữu đến như anh này, tôi thấy được quá đi! Cậu ấy đậu Bac I[20] chưa đấy cụ?

[viết xong 12:00 Thứ Bảy 07/12/2024.
Điều chỉnh lần I vào 23/12/2024.
Điều chỉnh lần 2 12: 21 PM Thứ Sáu 27/12/2024]

---

20 Diplôme du **Bac**calaureat de l'enseignement du Primaire degré, gọi tắt là **BAC I**. Trong hệ thống học vấn thời Pháp thuộc địa, học sinh phải học hết 6 lớp Trung học mới được thi để đậu bằng này (Tiếng Việt: TÚ TÀI 1)

TÀI LIỆU THAM KHẢO: CUỐN LÊN BỨC MÀNH

1/. *Tự Phán*, tác giả Phan Bội Châu, Nhân Chủ Học Xã tái bản lần thứ hai tại hải ngoại, California - 1987.

2/. *Việt Nam Văn Hóa Cương* của Đào Duy Anh, Quan Hải Tùng Thư xuất bản lần đầu - 1938

3/ *Siêu Quốc Gia Việt Nam tại hải Ngoại & Hiểm Họa Bắc Phương*, tuyển tập của Phạm Cao Dương, Truyền Thống Việt xuất bản 2020.

4/. *Lịch Sử Tư Tưởng Việt Nam* trọn bộ 6 cuốn của Nguyễn Đăng Thục.

5/. *Việt Sử Toàn Thư* của Phạm Văn Sơn, in lần đầu tại Thư Lâm Ấn Quán -*SàiGòn*- 1960; tủ sách Sử Học của Đại Nam tái bản tại hải ngoại vào thập niên 1980.

6/. *Việt Sử Khảo Luận* của Hoàng Cơ Thụy, trọn bộ 6 cuốn, Nam Á - Paris xuất bản - 2002.

7/. Google search: nguồn cung cấp dữ liệu tham khảo hay bài vở đăng tin, được chú thích ở những trang truyện có chi tiết cần giải thích. Ngoài ra, được bổ xung thêm dưới đây:

* *Lễ hội Phủ Dầy (Giầy)*, xã Kim Thái (huyện Vụ Bản, tỉnh Nam Định (1/3 -10/3 âm lịch). Đền Trình. Lễ hội Phủ Dầy có lịch sử lâu đời gắn liền với tín ngưỡng thờ Thánh mẫu Liễu Hạnh. Lễ hội nhằm tôn vinh 'Mẫu' Liễu Hạnh. Một nhân vật tín ngưỡng nằm trong hàng 'Tứ bất tử' được người dân Việt Nam suy tôn: Thánh Tản Viên, Thánh Gióng, Tiên Chử Đồng Tử và Mẫu Liễu Hạnh. Theo truyền thuyết kể lại, Liễu Hạnh nguyên là công chúa Quỳnh Hoa - con gái Ngọc Hoàng - vì đánh rơi chén ngọc nên bị giáng xuống trần vào năm 1557. Đồng thời dân gian còn lưu truyền huyền thoại: Vua đi ngang qua vùng này và nghỉ đêm ở quán hàng của bà chúa Liễu Hạnh, sau đó được tặng một đôi giày nên đã lập nơi thờ tự gọi là Phủ Giầy. Còn khi gọi là Phủ Dầy vì chính nơi này có món bánh dày nổi tiếng, lại có người cho rằng, Kẻ Giầy xuất phát từ nơi có gò đất nổi lên hình bánh dày trước cửa phủ... **Khu di tích Phủ Giầy**: từ thành phố Nam Định đi theo đường lộ 10 tới núi Gôi, rẽ phải 3km là tới khu di tích Phủ Giầy. Phủ Giầy là tên gọi chung cho các di tích thờ bà Chúa Liễu Hạnh thuộc xã Kim Thái, huyện Vụ Bản, tỉnh Nam Định. Đây là quần thể di tích được xây dựng trong một khu vực địa lý có nhiều dấu vết văn hoá của cư dân Việt xưa và nay. Cách đó không xa

có núi Lê, núi Gôi, với các hang động nơi cư trú của Người tiền sử.

* ***Đền Trần*** (陳廟 - Trần Miếu) là một quần thể đền thờ tại đường Trần Thừa, phường Lộc Vượng, thành phố Nam Định (sát quốc lộ 10), là nơi thờ các vua Trần cùng các quan lại có công phù tá nhà Trần. Đền Trần được xây dựng từ năm 1695. Lễ hội hàng năm vào 15-20 tháng 8 âm lịch.

* ***Đền Đức Thánh Trần*** tại Hải Ninh, Hải Hậu, Nam Định.

* ***Núi Gôi*** thuộc huyện Vụ Bản, Nam Định. Theo truyền thuyết về địa lý, Núi Gôi có hình dáng giống một con Rết nên còn có tên là: Ngô Công. Nơi có Chùa Cao và Tượng Bụt Mọc nổi tiếng, Tương truyền thời Pháp thuộc định phá Tượng, nhưng cứ chém đầu Tượng lại mọc. Trong lòng Núi là hệ thống hang sâu... Ga Núi Gôi, ga xe lửa thuộc huyện Vụ Bản, Nam Định, nằm giữa hai ga Trình Xuyên và Cát Đằng.

* ***Đạo đức:*** *cá nhân - xã hội - Chính thể (chính quyền - đảng cầm quyền)*

* ***Joe Manchin Leaves Democratic Party, Registers as Independent,*** by Jackson Richman; *5/31/2024*

* ***Sen. Joe Manchin*** (D-W.Va.) announced on May 31 that he has left the Democratic Party and become an independent.

"My commitment to do everything I can to bring our country together has led me to register as an independent with no party affiliation," Mr. Manchin wrote in a post on the social media platform X, showing a picture of himself with what appeared to be a voter registration form.

I have seen both the Democrat and Republican parties leave West Virginia and our country behind for partisan extremism while jeopardizing our democracy. Today, our national politics are broken and neither party is willing to compromise to find common ground.

[trích https: //www.theepochtimes.com/us/ joe-manchin-leaves-democratic-party-5660311?au toemail=pqbao82%40gmail.com&utm_ source=deployer&utm_medium=email&utm_ content=&utm_campaign=registered&utm_term=]

* **Nguyễn Thái Học**: Ngày/nơi sinh: 1 tháng 12, 1902, Thổ Tang, Việt Nam; mất: 17 tháng 6, 1930, Thành phố Yên Bái, Việt Nam; Tổ chức đã thành lập: Việt Nam Quốc dân Đảng; Học vấn: Trường Cao đẳng Thương mại Đông Dương (1925-1927)

[https://vi.wikipedia.org/ wiki/Nguy%E1%BB%85n_ Th%C3%A1i_H%E1%BB%8Dc]

- **Khởi Nghĩa Vũ Trang** - học thuyết theo Trung Hoa Quốc Dân Đảng.

- **Tôn Trung Sơn** [https://vi.wikipedia.org/wiki/ T%C3%B4n_Trung_S%C6%A1n]

Sinh: 12 tháng 11 năm 1866 - Mất: 12 tháng 3 năm 1925 , nguyên danh là Tôn Văn (孫文), Dật Tiên (逸仙) là một chính khách, triết gia chính trị và bác sĩ người Trung Quốc, người đóng vai trò quan trọng trong cuộc Cách mạng Tân Hợi năm 1911 lật đổ triều đại nhà Thanh của người Mãn Châu và khai sinh ra Trung Hoa Dân Quốc.

Ông được tôn xưng là Quốc phụ tại Trung Hoa Dân Quốc và được coi là người tiên phong của cách mạng (Cách mạng tiên hành giả). Ông cũng nổi tiếng nhờ việc đề xuất và phát triển chủ nghĩa Tam Dân: ***Dân tộc độc lập, dân quyền tự do, dân sinh hạnh phúc***".

Năm 13 tuổi, ông đến học ở Honolulu tại tiểu bang Hawaii vì có người anh buôn bán ở đây, ở đây ông học các trường tiểu học và trung học nên chịu ảnh hưởng rất lớn của phương Tây. Năm 1883, ông trở về nước, và năm 1886 ông học Trường Đại học Y khoa Hương Cảng và trở thành bác sĩ năm 1892. Bỏ nghề y theo con đường chính trị.

Thời trung học, ông học tại Trường Iolani, được dạy dỗ bởi những người Anh theo Anh giáo.

* *Siêu Trăng*

1/. The Next Full Moon is a Supermoon; the Beaver, Frost, Frosty, or Snow Moon; Kartik Purnima; Loy Krathong; the Bon Om Touk ("Boat Racing Festival") Moon, the Tazaungdaing Festival Moon; and Ill Poya.

The next full Moon will be Friday afternoon, November 15, 2024, at 4:29 PM EST. This will be early Saturday morning from Kamchatka and Fiji Time eastwards to the International Date Line. The Pleiades star cluster will appear near the full Moon. The Moon will appear full for about 3 days around this time, from a few hours before sunrise on Thursday morning to a few hours before sunrise on Sunday morning.

This full Moon will be the last of four consecutive supermoons, slightly closer and brighter than the first of the four in mid-August.

[https://science.nasa.gov/solar-system/skywatching/the-next-full-moon-will-be-the-last-of-four-consecutive-supermoons/]

Phạm Quốc Bảo qua ống kính Colleen Vy Huỳnh

PHẦN II

Tản Mạn
NỬA THẾ KỶ NGOÁI LẠI

SỐNG GIỮA SẮC MÀU NHÂN SINH

Tôi còn nhớ rõ: Cách đây bảy mươi năm, gia đình mới từ Hànội di cư vào Sàigòn, tôi mới 11 tuổi và năm tháng sau, mẹ tôi mất vì chứng mà hồi ấy bệnh viện ghi trong giấy khai tử là hậu sản: Bà mới sinh đứa em trai út được bảy ngày thì vào Nam. Bố tôi lúc ấy chưa đầy 44 tuổi, ông ở vậy làm công nhân viên của nha khí tượng, ký cóp nuôi một đàn con bảy đứa, cho đến khi qua đời năm 1974. Hình ảnh mà tôi chưa hề quên là trước giường bố tôi nằm lúc nào cũng thấy treo một miếng bìa cứng, trên đó dán thời khóa biểu một tuần lễ do chính tay ông kẻ chia ô và viết ra chi tiết hoạt động từng ngày - từng giờ một để nhắc nhở và áp dụng cho riêng cá nhân ông!

Nhớ lại như vậy, tôi nghiệm thấy: Suối đời, từ đấy đến nay, xem ra tôi chỉ lưu lại trong tâm trí một thói quen mà chẳng biết tự bao giờ đã thành nếp sinh hoạt của cuộc sống hằng ngày riêng mình là luôn biết tự xét, như kết quả rõ rệt nhất học hỏi từ người thân sinh ra mình.

- 1 -

Những gì xảy đến nát nhầu tâm can[1]

Vẫn theo nếp quen đọc báo hằng ngày, và tôi chợt xem thấy nguồn tin nguyên văn như sau:

> *ĐỒNG NAI, Việt Nam (NV)* - Sau khi giết người tình là nhân viên y tế, bác sĩ ở bệnh viện Đa Khoa Tỉnh Đồng Nai đã lấy nhiều tài sản của nạn nhân rồi cắt thi thể để phi tang.
> Theo báo VNExpress hôm 6 Tháng Năm, Công An Tỉnh Đồng Nai đã khởi tố bị can Danh Sơn, 36 tuổi, bác sĩ Khoa Ngoại, bệnh viện Đa Khoa Tỉnh Đồng Nai, về tội "giết người và cướp tài sản," đồng thời tiếp tục làm rõ dấu hiệu của tội "xâm phạm thi thể."
> Qua điều tra bước đầu, cơ quan hữu trách xác định bị can Sơn đã dùng thuốc an thần bơm vào bình truyền nước, "vượt liều lượng cho phép nhiều lần" với mục đích làm cho người tình là cô TTBN, 37 tuổi, nhân viên y tế, nhà

---

[1] Lẩy Kiều, từ nguyên văn: **"Trải qua một cuộc bể dâu** / *Những điều trông thấy mà đau đớn lòng"* (câu thứ 3 & 4, Truyện Kiều của Nguyễn Du)

ở phường Trung Dũng, thành phố Biên Hòa, thiệt mạng.

Khi nạn nhân đã bất tỉnh, bị can Sơn đã dùng dao mổ cắt thi thể xác nạn nhân đem phi tang. Ngoài ra, hung thủ còn lấy một số tài sản của người tình. Khai với công an, bị can Sơn cho biết có quan hệ tình cảm với nạn nhân N. khoảng một năm trước, dù cả hai đã có gia đình riêng.

Thời gian gần đây, cô N. thông báo mình đã mang thai là con của bị can, lo sợ gia đình biết chuyện "sẽ ảnh hưởng đến danh dự và công việc của cả hai người."

Trưa 13 Tháng Tư, trong lúc bị can Sơn đang trực tại bệnh viện Đa Khoa Đồng Nai thì cô N. đến nói chuyện, cùng tìm cách giải quyết. Một lúc sau, nghe người tình than mệt, bị can Sơn đã truyền nước biển cho cô N. tại phòng trực riêng của mình.

Trong lúc truyền nước biển, bị can Sơn nghĩ đến mâu thuẫn giữa bản thân và người tình "không thể giải quyết được." Do đó, nhân cơ hội này đã dùng nhiều thuốc an thần bơm vào bình truyền nước để làm cho người tình thiệt mạng. Một lúc sau, khi xác định cô N. đã chết, hung thủ đã dùng dao mổ cắt thi thể người tình thành nhiều mảnh, đem phi tang trong khu công nghiệp ở thành phố Biên Hòa và khu rừng thuộc xã Thiện Tân, huyện Vĩnh Cửu.

Về phần gia đình cô N., sau ba ngày không thể liên lạc từ khi chở con đi học, hôm 16 Tháng Tư họ đã trình báo với Công An Thành Phố Biên Hòa, và đăng tin trên mạng xã hội nhờ tìm tung tích nạn nhân.

Khi mở cuộc điều tra, Công An Tỉnh Đồng Nai xác định Bác Sĩ Danh Sơn có nhiều nghi vấn liên quan, bởi lúc đưa con đi học rồi mất tích, nạn nhân N. có liên lạc với ông Sơn nên đã triệu tập ông này.

Với nhiều bằng chứng liên quan, hôm 27 Tháng Tư, công an bắt giữ ông Sơn.

Khám xét nơi ở và làm việc của bị can, công an còn thu giữ một khẩu súng Rulo (súng lục) có năm viên đạn; hai chiếc nhẫn nghi (là) của nạn nhân. (Tr.N) [kn]

[trích :https://www.nguoi-viet.com/viet-nam/bac-si-o-dong-nai-bi-khoi-to-giet-nguoi-tinh-cuop-tai-san/ đăng vào May 6, 2024]

**

Giật mình, vội tìm trong Google để tái xác nhận nguồn tin trên, tôi đọc thêm được:

ĐỒNG NAI: Theo cảnh sát, sau khi giết người tình là nhân viên y tế, bác sĩ Danh Sơn đã lấy nhiều tài sản của nạn nhân rồi phân xác phi tang. Ngày 6/5, Sơn, 36 tuổi, bị Công an tỉnh Đồng Nai khởi tố về tội Giết người và Cướp tài sản;

tiếp tục làm rõ dấu hiệu của tội Xâm phạm thi thể.

Theo cơ quan điều tra, bác sĩ Sơn và nữ nhân viên y tế (làm tự do) 37 tuổi có quan hệ tình cảm từ một năm trước, dù đều đã có gia đình riêng. Thời gian gần đây hai người xảy ra mâu thuẫn do ghen tuông.

Lo sợ gia đình biết chuyện "quan hệ ngoài luồng" sẽ ảnh hưởng đến danh dự và công việc của cả hai (không phải người phụ nữ thông báo có thai với Sơn như thông tin ban đầu), trưa 13/4 chị này đến Bệnh viện đa khoa Đồng Nai tìm Sơn nói chuyện, cùng tìm cách giải quyết. Một lúc sau, chị than mệt, được Sơn truyền nước tại phòng trực của mình.

Nhà chức trách cáo buộc, Sơn đã lấy thuốc an thần bơm vào bình nước truyền (vượt liều lượng cho phép nhiều lần) với mục đích làm cho người tình tử vong. Sau đó, bác sĩ đã dùng dao mổ phân xác nạn nhân, đem phi tang trong Khu công nghiệp ở TP Biên Hòa và ở khu rừng thuộc xã Thiện Tân, huyện Vĩnh Cửu. Sau 3 ngày nạn nhân mất tích, gia đình không thể liên lạc nên trình báo công an.

Vào cuộc điều tra, cảnh sát phát hiện nhiều dấu hiệu bất thường giữa nạn nhân và Danh Sơn nên triệu tập làm việc. Nghi phạm một mực phủ nhận liên quan đến việc mất tích của nữ nhân viên y tế. Tuy nhiên, đến ngày 26/4, Sơn đã thừa nhận hành vi sát hại nạn nhân và chỉ chỗ phi tang xác.

Cơ quan điều tra xác định, sau khi sát hại người tình Sơn đã lấy nhiều tài sản rồi phi tang thi thể. Khám xét nhà của bác sĩ này, cảnh sát tìm thấy hai nhẫn vàng của nạn nhân. Trước đó, người phụ nữ từng nhiều lần chuyển tiền cho Sơn.

[trích https://vnexpress.net/bac-si-bi-cao-buoc-giet-nu-nhan-vien-y-te-roi-cuop-tai-san-4742586.html; Thứ hai, 6/5/2024, 13:53]

**

Tôi ngẩn ngơ: Danh Sơn, có phải đấy là 'đứa con' mà vợ chồng tôi đã được một bạn dạy học cũ trước 75 và vẫn tiếp tục sống ở trong nước giới thiệu trong những dịp giúp đỡ chút ít chi phí mua sách học khi nó đang theo đuổi ngành y, cách đây cả trên hai chục năm? Và tiếp theo đó, tôi lục ra cuốn sách có tựa đề *"Tâm Tình Một Nẻo Quê Chung"* xuất bản năm 2015, ngay phần đầu của tiểu tít *"Con & Bố Mẹ trên Email"* tôi có nhắc đến nó, nguyên văn như sau:

"Bố mẹ kính yêu!

Nhân ngày đầu tiên của năm mới, con xin kính chúc Bố Mẹ, các anh chị cùng các cháu luôn dồi dào sức khỏe, thành công trong cuộc sống và luôn hạnh phúc!

Con, Danh Sơn

(On Wednesday, January 01, 2014, 8:33 AM, Danh Sơn wrote]

Cũng trong sách ấy, ngay ngày hôm sau, tôi đã viết trả lời:

Cảm ơn con, Danh Sơn ạ

Bố mẹ cũng chúc con & gia quyến dồi dào sức khỏe trong năm mới, 2014. Mong con làm việc được may mắn ở nơi làm việc mới của con. PQBảo.

Nhưng quan trọng hơn cả là vào ngày thứ hai 14 tháng bảy, 2014, cậu em trai út của vợ tôi vẫn sống trong nước và đang là đại diện cho vợ chồng tôi liên lạc với nhóm tình thương gồm những đứa con tinh thần của vợ chồng tôi. Cậu em ấy đã viết email báo rằng:

"Kính anh chị,

Tin vui là cháu Danh Sơn nhà mình là một thành viên trong ê kíp mổ cứu bệnh nhân này (trong bản tin & hình dưới đây)

Vài hàng chúc gia đình anh chị luôn vui khỏe" Em.

Bản tin đề ngày 7-7-2014 có nội dung nguyên văn viết như sau:

"(ĐN).- Hai ngày sau khi được các bác sĩ Bệnh viện đa khoa Đồng Nai phẫu thuật khẩn cấp và cứu sống, bệnh nhân Nguyễn sỹ Trường, 30 tuổi, bị tai nạn giao thông ở tình trạng nguy kịch do đa chấn thương, đã tỉnh táo và sức khỏe hồi phục khá tốt.

Lúc 1 giờ 35, ngày 5-7, Bệnh viện đa khoa Đồng Nai tiếp nhận bệnh nhân Trường được chuyển từ Bệnh viện đa khoa thị trấn Dĩ An (tỉnh Bình

Dương) đến trong tình trạng nguy kịch: lơ mơ, hôn mê, sốc do đa chấn thương nặng phần ngực bụng, huyết áp tụt rất thấp. Chẩn đoán ban đầu: vỡ gan, vỡ lá lách, tràn dịch ổ bụng...

Bác sĩ Trần Hồ Long Thành và kíp mổ đã tiến hành phẫu thuật và thấy phổi bị tràn khí, gãy 3 xương sườn 4-5-6. Mở lồng bụng bệnh nhân thấy vỡ lá lách, nhiều phần nội tạng bị tổn thương. Tuy đã xử lý những bộ phận bị vỡ rách nhưng kíp mổ thấy máu vẫn tràn trong ổ bụng rất nhiều, thậm chí trào ngược cả lên ống thông dạ dày. Lúc này bác sĩ Ngô Đức Đễ, trưởng khoa ngoại tổng quát vào hỗ trợ và bác sĩ Đễ đã phát hiện bên trong dạ dày của bệnh nhân có 2 vết rách dài, chính sự kiện này đã dẫn đến tình trạng chảy máu nhiều.

Ngoài ra, bác sĩ Đễ cũng phát hiện tụy tạng bị đứt đôi nhưng gan không vỡ, tuyến thượng thận cũng đứt nhưng thận vẫn nguyên - đây là những trường hợp rất hiếm gặp. Bởi, thường 2 tạng này sẽ bị ảnh hưởng khi gan và thận bị tổn thương. Ca phẫu thuật kéo dài 4 giờ đồng hồ, bệnh nhân được truyền 15 đơn vị máu...

Phương Liễu."[2]

---

2 Xin đọc vào chi tiết tiểu đề "Tâm Tình Dẫn Vào Chuyện" (trang 5-18) trong cuốn *Tâm Tình Một Nẻo Quê Chung*, Người Việt Books xuất bản năm 2015.

Tôi đọc lại mấy đoạn trên một lần nữa, rồi ngó vào tấm ảnh chụp Danh Sơn đang phụ với bác sĩ Ngô Đức Đễ thăm khám bệnh nhân tại giường bệnh...

Cứ thế, tôi nhìn trân vào Danh Sơn trong hình, đầu óc u mê... và lặng người đi... Tôi chỉ muốn thổ lộ rằng:

- Chưa hoàn toàn đủ yếu tố xác định được rằng thật sự Danh Sơn này có đúng là đứa mà vợ chồng tôi đã trợ giúp chút đỉnh trước đây trên hai thập niên hay không. Nhưng dù sao đi nữa, lòng tôi vẫn nổi lên niềm ân hận là sức sống của mình mấy chục năm nay đã không đủ khả năng tích cực giúp đỡ để đến nỗi cá nhân nó (nếu đây chính thật là nó) đã biến thái tâm tính tới độ như vậy.

- Còn bây giờ nó đang trong tình trạng cực kỳ khó khăn, tôi cũng chưa tìm được cách nào có thể hữu hiệu trợ giúp nó, cả về vật chất lẫn tinh thần.

Sự bất lực này ít nhất trao cho tôi một ý tưởng là con người sống luôn gặp phải những điều ngoài ý muốn. Vậy thì hãy luôn tự rèn luyện mình làm sao để có thể một mặt biết chịu đựng, mặt khác thì phải luôn tích cực suy nghĩ tìm cho ra cách giải tỏa được chừng nào hay chừng những khó khăn xảy đến cho mình lẫn cho những ai liên quan với mình.

- 2 -

Những gì xảy đến nôn nao cõi lòng[3]

Rồi bẵng đi trong bối rối tâm tư, đến thứ Hai 19 tháng Tám - 2024, tôi lại nhận được email của đứa con gái nuôi Lê Thị Hà, cùng thời với Danh Sơn trong nhóm những đứa con Tình Thương của vợ chồng tôi. Nguyên văn 'Bé Hà' viết:

"Gửi bố Bảo và mẹ Hương yêu

Dạ con chào bố Bảo và mẹ Hương yêu!

Bố mẹ ơi! Bố mẹ bên đó có khỏe không ạ? Cuộc sống của bố mẹ ổn không ạ?

Mấy tháng qua con xảy ra nhiều việc nên giờ con mới viết thư cho bố mẹ được: Con đã có kể với bố mẹ là ngày ở Sài Gòn nóng, con mang bầu. Vốn thân nhiệt nên mang bầu lại gặp phải thời tiết nóng nữa, Con bị liên tục 5 đêm không ngủ được, em bé trong bụng con suy dinh dưỡng. Buồn quá trời, con đã quyết định chuyển đến nhà bạn con sống. Nhà bạn con cũng thuê trọ, nó chơi thân với con đã 7 năm rồi. Nhà nó quê ở Đức Trọng - Lâm Đồng, 5 chị em lên Sài Gòn học đại học rồi sống chung với nhau, nó thuê 1 căn nhà cho 5 đứa ở. Nó làm dược sĩ, 1 em gái là nha sĩ, 1 em trai trợ thủ nha sĩ, 1 em trai nữa hành nghề bác sĩ

---

[3] Lẩy Kiều, từ nguyên văn: *"Trải qua một cuộc bể dâu / **Những điều trông thấy mà đau đớn lòng**"* (câu thứ 3 & 4, Truyện Kiều của Nguyễn Du)

ngoại niệu, còn đứa em gái út là chuyên viên kinh tế. Mấy chị em nó rất tốt với con: Con đến ở chung, ai cũng nhiệt tình vui vẻ. Mấy đứa chia nhau làm hết việc nhà, không cho con đụng tay đụng chân việc nào hết, từ cơm nước - giặt đồ - lau dọn nhà cửa. Có điểm quan trọng là nhà nó có gắn máy lạnh nên đêm con mới ngủ được. Nhờ vậy em bé tăng cân lên nặng vừa đủ được như cái thai bình thường. Còn đi làm thì con thuê xe máy hoặc ô tô chở đi...

Nhớ lại những ngày đó, con đếm từng ngày ra đời của bé, tính từng gram cân nặng của thai nhi, mong sao nó đủ ký sinh ra cho bằng bạn bằng bè. Rồi đến hôm con đang ngủ thì vỡ nước ối. Mấy đứa lăng xăng lo thuê xe đưa con vô bệnh viện. Hôm đó con vỡ ối vào 1g sáng, vô viện mà quặn quoại đau bụng từ 3g sáng đến chiều 17g mới sinh. Phải trợ giúp bằng dụng cụ mới lôi được em bé ra. Rồi biến chứng băng huyết sau khi sinh do tổn thương tầng sinh môn nhiều.

Hai mẹ con Hà Lê.

Con đi sinh tại bệnh viện Từ Dũ, nơi chị Ái Hòa đang phụ vụ. Chị vốn là bạn thân của chị Như bên học bổng của bố Bảo đấy ạ. Chị Như ngày trước ở chung phòng với con và chị cũng đã rất tốt với con, mẹ Hương cũng có biết thế. Trường hợp sinh sản của con là một ca khó: lúc con sinh, cả một ekip trực đến 6-7 người trợ giúp. Tại con mang danh là bác sĩ ở bệnh viện Chợ Rẫy, lại thêm có chị Ái Hòa gửi gắm, ai cũng quan tâm. Nữ hộ sinh lẫn bác sĩ chuyên khoa đến hỏi thăm thường xuyên. Họ không cho học viên khám và lấy máu mà tự nhân viên bệnh viện làm.

Nghĩ đến ngày đó con sợ quá, bố mẹ ạ. Đúng là không đau gì bằng đau đẻ, cảm giác bước qua cửa tử! Lúc sinh xong, chị Ái Hòa nói rằng sao chị gọi vào mà điện thoại em không liên lạc được. Con nói: Em gái của em đã giữ điện thoại của em. Nó nằm ngủ ở ghế đá bệnh viện, người ta lấy trộm điện thoại của em hồi nào mà nó không hay biết. Quả thật là vậy bố mẹ ạ. Sau đó, em gái con gọi thì điện khóa hết sim, tài khoản ngân hàng của con sợ người ta ăn trộm điện thoại rồi dùng nó lấy tiền trong tài khoản hoặc lừa đảo vay tiền người khác. Vậy đó!

Vừa sinh xong, như mới bước qua cửa tử, tưởng xong mà chuyện sau đó còn gian nan ghê: Con chưa có kinh nghiệm về sữa mẹ. Theo như chỗ con học thì cứ cho bé bú sữa mẹ, nhưng khổ nỗi bé Bao quá yếu, không chịu bú. Hai hôm sau, con bị căng sữa đau nhức. Hai bên ngực đau kinh khủng, đau bằng phân nửa cơn đau đẻ! Bé vẫn bú nhưng kém, nên vú quá căng tức, bé thì yếu ớt nên bú không được nhiều. Lúc đầu con không biết, đi mua máy hút sữa cầm tay, tốn 500k mà hút đau kinh khủng.

Qua đến ngày thứ 4, con phải mua máy hút sữa chạy bằng điện tự động hút thì mới hiệu quả. rồi qua ngày thứ 5 mới tạm ổn hơn. Còn ngày thứ 3, bé Bao bị sốt, nó bị nhiễm trùng sơ sinh sớm, khả năng vì chuyển dạ kéo dài, ối vỡ lâu nên bị phơi nhiễm. Bao phải đi chích kháng sinh, xong đến ngày 4 nó lại bị chứng vàng da, nên phải chiếu đèn. Lẽ ra sinh sau 3 ngày là bình thường con được xuất viện. Nhưng vì bé Bao phải ở lại chích thuốc kháng sinh, chiếu đèn nên con cũng phải ở lại với Bao cho đến 7 ngày sau mới có thể xuất viện.

Sau khi xuất viện, con đưa bé về Lâm Hà (thuộc Lâm Đồng), nhà bố mẹ chồng con. Còn ông chồng con thì đi làm ở Đà Lạt, cách nhà 45 km nên ông ấy ở trọ lại, cuối tuần mà nếu không trùng lịch trực thì ông ấy mới về Lâm Hà. Về nhà, Bao tạm ngoan được 1 tuần. Qua tuần thứ 3 anh ta quấy khóc ngày nào cũng từ 2-6 giờ sáng, mệt mới thiếp đi. Đêm ngày gì anh ta cũng ngủ ít, khiến con cũng kiệt quệ theo. Lúc đầu con kiên quyết không cho ông nội bế ẩm nhiều, sợ thành thóc quen, sau này cứ phải ẩm bế anh ta hoài. Nhưng sau tuần thứ 3 quấy gắt, anh ta nổi ban-sốt. Thế là sau đó suốt ngày anh ta được bế trên tay: Ông nội giành bế 6-8 tiếng 1 ngày, còn bao nhiêu tiếng con bế. Thế là thói quen hình thành, chỉ bế ẩm, rồi bú tí mẹ mới ngủ được. Đặt xuống giường là không chịu, cả ngày chỉ thích được ôm.

Còn chồng con thường ông ấy về cuối tuần. Tuần nào trùng lịch trực cuối tuần thì ông ấy sống một mình ở Đà Lạt: Ăn uống thất thường, thời tiết Đà Lạt lạnh, thêm mỗi lần về thì ông phải đi làm sớm vào thứ 2, lúc 5g sáng. Cứ vậy, ông ấy bị viêm xoang nữa: Khám bệnh nhi, từ mấy đứa nhiễm siêu vi lây, ông ấy lại mang bệnh về lây cho cả 2 mẹ con con. Mỗi lần Bao bệnh, nó lại bị khó ngủ hơn, quấy khóc, tội cả nó lẫn mình, bố mẹ ạ. Còn ông chồng con thì bệnh triền miên, hết đợt này đến đợt khác. Có tuần thấy ông ấy bệnh mệt quá, con không cho về.

Ngày Bao nó mới lọt lòng, ông bà nội còn thích bế, do chỉ cần ngồi im mà không cần nói chuyện hay không đi lại nhiều. Khoảng 1 tháng gần đây, anh ta lớn hơn, chắc tò mò về thế giới xung quanh nên anh ta bắt bế đi lại. Một ngày bế anh ta phải đi lại quanh nhà mấy trăm lần. Anh ta ngày một nặng hơn, rồi còn phải nói chuyện với, anh ta mới chịu, không là anh ta khóc.

Con cũng thấy mệt đứ huống chi ông bà nội. Nên ông bà bớt bế lại, thế là con lại gánh nặng hơn: Đêm anh ta cứ thích bế ẵm, 22-23g30 mới chịu ngủ đến 8g sáng. Trong thời gian đó anh ta dậy từ 6 đến 11 lần đòi bú, rồi bắt con ăm: Tỉnh giấc mà không được ăm, không tí mẹ là la làng. Từ 17g đến 22 hoặc 23g30 là thời gian gắt ngủ, dù bế dù nói gì anh ta cũng cáu gắt, khóc nhèo nhẹo.

3 tháng qua không khí nào con rời được Bao. Con quá mệt mỏi do thức đêm kéo dài, kiệt quệ về thể chất lẫn tinh thần, thậm chí còn có dấu hiệu muốn trầm cảm nặng... Xong, vào tuần qua con đã ráng tập thói quen: Để anh ta tự ngủ, không bế ẵm khi ngủ, không lệ thuộc phải có tí mẹ để ru ngủ. Luyện anh theo phương pháp EASY mà con đọc được trong cuốn sách "nuôi con không phải cuộc chiến": Khi trẻ buồn ngủ thì cho mặc nhộng (nó như túi vải bó sát tay chân, tạo cảm giác như được mẹ ôm để giảm tật giật mình). Chỉ bế trẻ lên an ủi vài câu, rồi đặt trẻ lại nằm xuống giường, cho trẻ tự đưa mình vào giấc ngủ. Tối cho trẻ ngủ từ 18g30 thay vì 22-23g30 như trước.

Ngày thứ nhất, anh ta khóc từ 30 phút đến một tiếng, rồi thiếp ngủ được ít. Ngày thứ hai, anh ta khóc thét, mỗi cử 1 tiếng, và hầu như cả ngày anh ta không ngủ được gì! Con xót quá, muốn bỏ cuộc, đó là chưa kể anh ta còn giận hờn: Bình thường một đứa trẻ hoạt bát, hỏi chuyện là trả lời, cười. Thế mà ngày thứ 2 anh ta không nói không cười; ai hỏi gì cũng làm lơ như không nghe không thấy. Con buồn quá trời, sợ anh ta thay đổi tâm tính. Nhưng nói trộm vía, đến ngày 3 thì anh ta ít khóc hơn, chỉ khóc 3-10 phút, không khóc thét như trước, rồi vui vẻ trở lại. Cho tới những ngày sau đó, dù giấc ngủ ngày còn ngắn: từ 40 phút đến 2 tiếng, đêm anh ta dậy 3-4 lần để bú mẹ...

Hiện bây giờ thì anh mới đang trở lại giống đứa trẻ bình thường rồi nè bố mẹ ơi! Con cũng quay lại bà mẹ bỉm bình thường... Chứ còn cứ như 3 tháng qua, chắc con không sống nổi. Giữa các giấc ngủ ban ngày, anh ta vẫn được bế ẵm, đi tới đi lui trong nhà. Chiều thì cho anh ta nằm xe đẩy ra ngoài sân chơi, anh ta tỏ ra rất thích rồi ạ. Nhờ phương pháp tự ngủ nên anh ta không trải qua giai đoạn gắt ngủ nữa. Bài học đầu đời về tính tự lập của anh đã được bắt đầu từ thói quen tự ngủ.

Còn về điện thoại, con đã mua lại nhưng đặt theo chế độ máy bay (?) để giảm sóng điện thoại ảnh hưởng đến Bao. Thêm nữa, để tiện liên lạc, bố Bảo cho con xin facebook để con gọi điện cho bố mẹ tiện lợi hơn, mà bố mẹ cũng thấy được Bao lớn lên từng ngày ạ. Còn về hình ảnh, bố mẹ gửi địa chỉ sẵn cho con, để vài tháng nữa ổn định thì con đi làm lại ở Sài Gòn, lúc ấy con sẽ rửa hình đám cưới của con và hình Bao gửi bố mẹ sau, nha...

Nhắc đến chuyện vào Sài Gòn, con lại lo lắng, bố mẹ ạ: Thường con đi làm rất cực, về đến nhà là con nằm dài thở phì phò, bây giờ lại còn phải lo thêm cho Bao nữa! Môi trường con làm việc trong bệnh viện rất nhiều vi khuẩn kháng thuốc, con rất lo lây nhiễm cho Bao. Hiện Bao bú sữa mẹ hoàn toàn, mỗi 2-3 giờ một lần. Sau này đi làm lại, con sẽ cố gắng cho anh ta bú cữ sáng, trưa về 1 cữ và chiều tối thêm 1 cữ nữa, rồi cũng phải cho anh ta ăn dặm thêm. Nghĩ thôi cũng đã thấy tội anh ta, bố mẹ ạ.

Chồng con vẫn còn làm việc ở Đà Lạt, ông ấy nói để vài năm hết nhiệm kỳ trưởng khoa, có người đi học ở bệnh viện về thay. Còn thấy không ổn thì ông ấy cũng sẽ xuống Sài Gòn với con ạ. Thực ra ở tuyến cơ sở, mang tiếng lãnh đạo nhưng thực tế thì phải làm đủ thứ việc, còn cực hơn lính, lương thì tính tổng hết, bao gồm cả tiền trực, được 10 triệu 1 tháng ạ. Trừ tiền nhà trọ - tiền ăn, còn không đủ nuôi con với Bao đâu!

Cho nên sau 6 tháng là con xuống Sài Gòn làm lại ,hoặc bà nội hoặc bà ngoại phải đi cùng để chăm cho Bao phụ con. Mẹ con - bà ngoại của Bao, cách đây 1 tháng mới bị tai nạn xe máy: Tội lắm bố mẹ ạ, bố mẹ con ra đồng lúa đi xe máy; khi đi bố chở mẹ, khi về bố con kêu bố ở lại làm thêm, trời đổ mưa bắt buộc mẹ con về trước. Mẹ con đội nón lá, trời bắt đầu mưa, gió thổi ập nón lá vào mặt, mẹ phanh (thắng) gấp quá nên bị té. Càng xe quẹt 1 đường vào chân khá nặng, máu chảy rất nhiều.

Mẹ đẻ con đến nhà ông y sĩ của làng xin khâu rửa vết thương. Mẹ con kể: Trong khi mưa ướt hết người, rét run, máu đang chảy mà ông ấy cứ chậm chạp, tắm giặt sửa soạn rất lâu. Rồi khi rửa khâu vết thương xong, ông ấy chích thuốc kháng sinh cho mẹ con.

Bố mẹ đẻ của con giấu không nói cho con biết. Qua ngày thứ 2 bà mới gọi bảo vết thương còn sưng nhiều, đau nhiều thì phải làm sao? Con nói bố mẹ con phải lên bệnh viện huyện kiểm tra, nhưng bố mẹ con nhất quyết không chịu. Ông y sĩ kia cũng không chịu, ông ấy muốn giữ ở nhà điều trị để lấy tiền.

Hơn 1 năm nay mẹ đẻ con đang làm công nhân của công ty giày da trên huyện; nên qua ngày 3, công ty không đồng ý cho mẹ nghỉ, rồi phải có giấy nghỉ ốm ở bệnh viện nộp về thì mới được hưởng bảo hiểm xã hội. Ông y sĩ kia vẫn nhất quyết không chịu cho mẹ con đi viện, mẹ con phải lên viện xin giấy nghỉ ốm nộp vào công ty rồi về cho ông ta điều trị tiếp.

Mẹ con lên bệnh viện huyện thì người ta yêu cầu phải nhập viện do vết thương nhiễm trùng, để được điều trị kháng sinh và chăm sóc vết thương. Mẹ đẻ con nói, hôm sau người ta phải cắt chỉ sớm và nặn ra rất nhiều mủ.

Trong khi ông y sĩ kia lẫn bố ông ta liên tiếp gọi điện chửi bố mẹ đẻ con là vô ơn: Lúc cần chảy máu thì đến, lúc chỉ rửa vết thương lấy tiền ai cũng làm được thì bỏ đi. Họ gọi liên tục cho mẹ con quá trời. Chao ôi! bố mẹ đẻ con hiền quá, chỉ biết im lặng, xin lỗi. Trong khi cái ông y sĩ kia không biết thương bệnh nhân:

Theo luật khám chữa bệnh thì sau khi sơ cứu, phải chuyển bệnh nhân đến cơ sở khám chữa bệnh có đủ phương tiện chăm sóc và tuyệt đối không ngăn cản bệnh nhân đến cơ sở khám chữa bệnh mỗi khi bệnh nhân cần đến. Ông ta đã làm sai quấy cả 2 điều, mà còn chửi ngược lại bệnh nhân.

Đó là chưa kể tới chuyện tiền ông ta bắt bệnh nhân trả nhiều gấp 10 lần bệnh viện! Người ta hay nói "1 đời làm y, 3 đời suy vi." Đó là câu mà con luôn nhớ từ thời còn là sinh viên. Mẹ con nói nhà cái ông y sĩ đó rất giàu, nhưng có đứa con bị khờ không biết gì hết...

Còn mẹ con thì thật tội: Phải nằm viện 3 tuần mà vết thương vẫn chưa khỏi. Về nhà thêm 10 ngày nay, vị chi là hơn 1 tháng vẫn chưa khỏi ạ. Vết thương của mẹ con đứt 2 gân cơ ngón chân cái và ngón giữa, đứt thần kinh chi phối. Hỏi ông anh giảng viên bộ môn chấn thương chỉnh hình bên con, ông ta bảo vào Sài Gòn để ông ấy nối lại cho. Nhưng mẹ đẻ con không chịu đi. Giờ vết thương ngoài da còn chưa lành, gân cơ đứt, mất chức năng, mẹ phải đi cà nhắc. Ông anh con nói phải hạn chế vận động cho vết thương lành hẳn, rồi tập vật lý trị liệu 1 tháng sau tái khám lại, nếu không khá thì phải mổ nối gân. Thương mẹ đẻ con lắm, trông từng ngày vết thương ngoài da lành, nhưng khi sắp lành mới nhận ra cái gân mới quan trọng.

Rồi vì sợ mất việc nên mẹ đẻ con vẫn gắng đi làm. Quãng đường từ chỗ bố con dựng xe trở đi đến chỗ mẹ làm cũng khá xa mà mẹ phải đi cà nhắc. Cử động như vậy thường xuyên tạo áp lực nên chân lại khó lành vết thương hơn. Phải tội là ở nhà quê, tuổi mẹ con rất khó xin việc, hầu như không thể mà có được công việc hiện tại là may. Lương 4-5 triệu ở quê là điều hiếm có. Nên tội mẹ đẻ con lắm, bà cứ cố gắng đi làm. Con nói mẹ nên nghỉ mà bà vẫn không chịu nghe. Chưa biết diễn tiến sẽ ra sao, nhưng rõ rệt là hiện tại mẹ đẻ con không thể bế Bao giúp con được, mà phải lo sao cho ổn cái chân đã.

Bố mẹ bên đó luôn giữ gìn sức khỏe, đi lại cẩn thận, ăn uống điều độ, tập những bài thể dục nhẹ nhàng ạ. Con mong bố mẹ luôn khỏe mạnh và vui vẻ..

Bé Hà

*[Trích email đề lethiha...
nhận vào Mon, Aug 19 at 6:29 AM]*

- 3 -

Những gì xảy đến cứ chan hòa đời[4]

Từ những gì vừa xảy đến như kể sơ ở trên, tôi nhẩn nha ngó nhìn và suy ngẫm lại một mình:

Suốt từ độ năm 1997, năm mà vợ chồng tôi bắt đầu chủ động cho chương trình được tạm gọi là bảo trợ 'nhóm Tình thương'[5], hiện tại nhà ở của chúng tôi còn treo rải rác nơi phòng ngủ - phòng khách - phòng làm việc mấy tấm liễn tạ ơn do mấy đứa con trong nhóm này thỉnh thoảng nhân dịp lễ Tết gửi sang tặng. Xin tạm trích ra 2 tấm tiêu biểu ở đây:

Để tôi có thể thổ lộ rằng: Đại khái thì mấy đứa con trong nhóm gia đình tình thương đã bày tỏ rằng chúng nó phần nào hiểu được cái tâm của vợ chồng tôi đối

---

4 Lẩy Kiều, từ nguyên văn: *"Trải qua một cuộc bể dâu / **Những điều trông thấy mà đau đớn lòng**"* (câu thứ 3 & 4, Truyện Kiều của Nguyễn Du)

5 Xin đọc vào chi tiết tiểu đề *"Tâm Tình Dẫn Vào Chuyện"* (trang 5-18) trong cuốn *Tâm Tình Một Nẻo Quê Chung*, Người Việt Books xuất bản năm 2015

 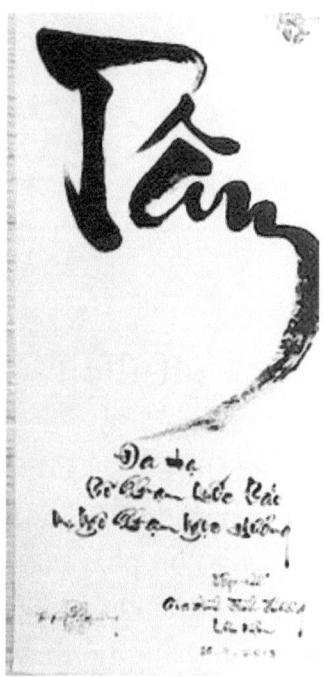

với chúng nó. Thế mà đến nay, tôi tự nhận thấy chính cá nhân mình vẫn chưa hề làm tròn được cái việc trợ giúp tích cực và cụ thể đủ cho chúng nó sống và làm việc thế nào đó để có thể tạo cơ hội giảm thiểu được chừng nào tốt chừng nấy những bất lực chúng gặp phải trong đời này.

Và tôi bật lên mấy lời tâm sự, xin chép vội ra đây:

*"Sống sao nhuần nhuyễn trí tâm
trải đời để nẩy được mầm lộc non
Chỉ khi vượt thế chon von
con người mới bật khai dòng tái sinh"*

sắc màu của cuộc sống

Từ bốn năm nay, cá nhân tôi đã thực sự về hưu, không còn phải cứ vội vã chuẩn bị đi làm nữa, nhưng thời khóa biểu mỗi ngày nếu liếc phớt qua thì xem ra chẳng hề thay đổi bao nhiêu: Vẫn ít nhất ngồi trước cái laptop 2-3 lần để xem tin tức - trả lời emails bằng hữu, góp ý hay điều chỉnh những gì thân hữu gửi tới yêu cầu và, cuối cùng, tự viết xuống để lưu lại những gì đang quần thảo bấn bíu trong tâm trí của chính mình.

Tuy nhiên, mỗi lần như thế tôi chỉ có thể ngồi yên được thường ra một tiếng hoặc tiếng rưỡi là cùng. Sau đó là phải đứng dậy ra hàng hiên ngó mông trời trăng - ra vườn rộng độ trên một thước quanh nhà - cắt cành cây, nhặt lá, tưới bón mấy luống rau - những hàng cây cảnh... Cụ thể nhất là vào dịp cuối hè sang thu năm nay, thời tiết đột nóng rẫy kéo dài trên một tuần lễ, tôi luôn ngóng xem có làn gió nào thoảng qua quanh đây hay không - hoặc lắng nghe xem tiếng chim nào hót đâu đấy chăng...

Như vậy, thực ra xét kỹ thì luôn có những chi tiết lặt vặt, bắt tôi phải chú ý và tìm cách giải tỏa.

Sống khó?

Chẳng hạn từ mấy tháng đầu năm nay có mấy hiện tượng như thỉnh thoảng một vài con gián tự nhiên xuất hiện bất ngờ, hoặc cái sàn gỗ dưới lớp thảm ngoài hiên nghe ọp ẹp khi có bước chân mình đi qua, (theo kinh nghiệm cho biết) nghĩa là mọt đã sinh sôi thêm nhiều và hoạt động khá nguy hiểm... Đấy là những dấu hiệu báo rằng cũng đã gần 10 năm rồi, căn mobile home nhà tôi hiện cư ngụ đang cần được một lần trùm mối nữa rồi.

Đầu tháng Tám vừa qua, người của hãng chuyên chùm mối đến trao đổi một số chi tiết chuyên môn cần thiết để chuẩn bị cho công tác này: Trước khi thanh sát cái sàn nhà xem có thực sự cần sửa chữa nào không thì phải trừ mối đã. Mà muốn thực hiện trừ mối thì phải bỏ công tỷ mỷ gói ghém mọi thứ trong nhà, nhất là các vật dụng bát đĩa ly tách và tất cả các thứ đồ ăn thức uống trong tủ lạnh cần phải bỏ hết vào bao bọc kín kỹ lại, rồi phải rời nhà đi ở tạm chỗ khác ít nhất là 2-3 ngày... Cuối cùng tốn kém áng chừng đổ đồng trên hai đến ba ngàn đồng trung bình một lần trùm mối cho căn nhà có diện tích chừng trên dưới ngàn hai thước anh vuông (square feet; sq ft).

Tốn kém chung như vậy, nếu có chuẩn bị trước thì cũng chẳng thành vấn đề gì. Nhưng khi thật sự bắt tay vào việc, những khó khăn mới bắt đầu ló dạng:

Để chuẩn bị dọn dẹp nhà cửa theo đúng tiêu chuẩn đề ra trước khi nhóm chuyên viên đến làm công việc trùm diệt mối - dán - kiến… trong nhà, vợ chồng tôi đã phải cật lực, làm từ sáng tới chiều tối, suốt cả một tuần lễ mới xong! Rồi sau hai ngày vắng nhà, khi nhóm chuyên viên trùm mối rỡ bỏ đồ nghề và trả lại căn nhà, vợ chồng chúng tôi trở về thì hết sức ngao ngán nhìn quanh cảnh bừa bộn, từ nhà xe - ra đến hàng hiên - vào tới từng phòng trong nhà, chỗ nào cũng ngổn ngang cả!

Thế là vợ chồng lại căng sức tháo gỡ từng cái bao ny lông khổng lồ ra, lau rửa từng ngăn từng hộc trong từng phòng ốc, nhất là nhà bếp. Rồi phải đợi cho các tủ các hộc khô ráo mới có thể đem đồ đạc - bát đĩa - ly chén xếp vào y như trước đó... Nhất là cái tủ lạnh, riêng việc cọ rửa rồi để cho khô ráo thì mới có thể sắp xếp đồ ăn thức uống vào lại, tốn cả ba ngày rưỡi...

Vừa làm việc, hai vợ chồng vừa nhớ lại: Lần trùm mối trước đây độ mười năm, sao mà hồi ấy cũng chỉ trần xì có vợ chồng mình thôi thế mà xoay trở nhẹ nhàng êm ru, không hề để lại một khó khăn trắc trở nào ghi đậm dấu ấn trong ký ức đến độ phải nhớ tới bây giờ! Còn hiện nay sao phải cực đến thế này.

Xét vào chi tiết, mới lần lượt những khác biệt bắt đầu xuất hiện:

- Lần trùm mối trước cách đây mười năm, lúc ấy vợ chồng tôi mới có trên dưới bảy mươi. Bắt tay vào làm cái gì cũng rụp rụp, một cách gọn ơ, dường như tổng cộng độ chừng trong vòng trên một tuần lễ là hoàn tất.

- Còn hiện nay, vợ chồng chúng tôi đã trên tám mươi cả, làm cái gì cũng ỳ ạch chậm rì, rồi quên trước quên sau. Hơn nữa, mới bắt tay vào việc bất cứ thứ gì được trên một tiếng đồng hồ là đã có cảm giác rã rời tay chân - hoa mắt tới độ muốn làm tiếp cũng chẳng được, phải nghỉ cho ổn định nhịp thở đã.

- Và thời gian xếp sắp đồ đạc trước để người ta trùm mối nhà, vợ chồng tôi cả hai cùng nhau ỳ ạch khiêng dọn - bỏ vào những bao ny lông bít kín miệng bao lại ..phải mất tới trên một tuần. Rồi khi xong vụ trùm mối, trả tiền công, lại cũng hai vợ chồng trần xì loay hoay lần lượt bung những bao ny lông ra, xếp những thứ lại vào những hộc - tủ - phòng ốc, đâu vào đó đúng nơi chốn như cũ, đã phải kéo dài mất tới trên một tháng trời rị mọ, mệt muốn đứt từng chập!

Hai lần trùm mối nhà cách nhau trên dưới mười năm, mà cũng chỉ có riêng vợ chồng tôi cáng đáng công đoạn dọn dẹp: Ngoài sự kiện có thêm đồ đạc chất vào trong mười năm nay thì bây giờ nhân dịp này, loại bỏ đi một mớ không thiết dụng nữa, như vậy thì lòi ra nguyên nhân rõ rệt là vì cả hai vợ chồng tôi lớn tuổi nên sức vóc chẳng còn được như xưa nữa!

Ứng biến

Chưa hết chuyện đâu nghen.

Tường mái lâu rồi bụi bám đầy quanh nhà, bắt buộc phải nghĩ đến chuyện ít nhất là xịt vòi nước cho sạch, và nơi nào sét rỉ quá thì phải sơn sửa lại...

Những công việc này trước đây riêng với cá nhân tôi cũng đủ rị mọ mà tự làm lấy thì riết rồi cũng xong; nhưng bây giờ sức lực giảm sút trông thấy, bắt buộc phải thuê các nhóm thợ thực hiện giúp...

Nói chi việc lớn lao nào khác, nội hiện tượng mấy cái vòi nước lắp đặt sẵn quanh nhà đa phần đã cũ quá hạn nên chúng cứ âm thầm rò rỉ khắp lượt! Nếu dư dả thì a lê hấp, rất đơn giản là thuê người tới sửa - thay mới hết lại, từ ống chạy ngầm dưới sàn nhà tới những vòi nước tưới. Nhưng khổ nỗi ngân khoản hưu trí vợ chồng tôi khá eo hẹp, bắt buộc mình phải kiếm cách trì hoãn ý định là bất cứ việc gì cũng thuê mướn người làm.

Vì thế, trong khi đợi đến lúc gom đủ chi phí, tôi tạm thời kiếm mấy cuộn ống nước cũ còn để dành gắn vào, cho chúng cứ tự do chảy rỉ rỉ ra những cái chậu - rồi hằng ngày, sáng một lần - chiều một lượt, ra múc từng bình đi tưới vào gốc những hàng cây - những chậu hoa bày la liệt quanh nhà, nhiều nhất là trên hàng hiên phía trước.

Ban đầu phải làm thêm việc như thế thì rõ rệt là có cảm giác bó buộc bấn bíu, nhưng chỉ sau vài ngày cố gắng chịu khó bỏ ra mươi mười lăm phút làm thêm công việc tưới tiêu này thì tự tôi thấy cứ vừa nhẹ nhàng vừa thong thả nhẩn nha hoạt động. Rồi tôi lại lẩn thẩn suy diễn:

- Tiếp tục như vậy thì chẳng khác nào chịu khó bỏ ra thêm độ nửa tiếng vận động mỗi ngày thoải mái, cộng vào với thời gian thường xuyên gần một tiếng đồng hồ thể dục hằng ngày, vốn đã từng được tôi thực hiện cả trên bốn chục năm nay!

- Hơn nữa, tính vào chi tiết, mỗi ngày có 24 tiếng đồng hồ thì ngủ độ 7 hay 8 tiếng, trước kia còn đi làm thì 8 tiếng mà bây giờ chỉ còn lại vài ba tiếng ngồi vào bàn tại nhà 'ôm' cái laptop thôi, thể dục chỉ có trên dưới một tiếng nữa... Thế ra hằng ngày bây giờ mình vận động như thế là khá 'khiêm nhường' đấy nhé!

Phân tích vào chi tiết như vậy, mới thấy rõ là thực hành biện pháp trì hoãn tạm thời ấy xem ra thật sự "nhất cử lưỡng tiện", chẳng những đáp ứng phù hợp với tình trạng ngân sách gia đình mà còn tăng phần tiện lợi cho sức khỏe của một anh già xưa nay chỉ quen thích lười biếng như tôi!

Suy đi tính lại, tôi nghiệm ra rằng làm như "cái khó nó ló cái khôn" hay sao... Ấy. Cũng phải diễn tả một cách chính xác và trung thực nhất: Trình trạng khó khăn vừa trình bày như trên thật sự có khiến tôi tìm ra được

cách giải tỏa ổn thỏa hay chăng, thì hiện giờ chưa đủ yếu tố khẳng định, nhưng rõ là đang diễn tiến tạm thời êm thắm đấy.

Chợt vui

Lịch sinh hoạt hằng ngày đang phải lu bu với ba cái chuyện việc nhà đại khái như kể trên, thì chiều thứ sáu 20 tháng Chín 2024, mở laptop ra tôi bắt được email của Vương Trùng Dương trích từ facebook của Nguyễn Bá Trạc cho biết nội dung sự kiện cuối tháng tám vừa qua: Đỗ Quí Toàn đã sang Phần Lan thăm Nguyễn Bá Trạc rồi cả hai lại lôi kéo nhau sang Thụy Điển thăm Trần Dạ Từ - Nhã Ca.

Đỗ Quý Toàn - Nhã Ca - Nguyễn Bá Trạc - Trần Dạ Từ, Malmo, Thụy Điển, tháng 8, 2024

Đọc được tin trên, tôi lại còn được xem cả hình ảnh kỷ niệm của họ nữa:

Tôi liền hứng khởi viết email cho Vương Trùng Dương, có đoạn:

"Nhờ có email của Vương Trùng Dương, tôi biết được rằng Đỗ Quí Toàn - Nguyễn Bá Trạc - Trần Dạ Từ - Nhã Ca vừa có dịp gặp mặt nhau hàn huyên ở bên Bắc Âu.

Tin và hình ảnh này khiến cá nhân tôi tâm tư xốn xang (...) Cảm tạ các bạn ta. Cảm tạ Chúa - Phật - Trời. Cảm tạ đời sống. Đã cho tôi chợt sống động, sau nhiều năm tháng qua phải chứng kiến bạn hữu bỏ ra đi quá nhiều."

Nửa thế kỷ ngoái lại - Bằng hữu cứ rưng rưng

*"Một thời chung dạy với nhau
Nguyễn Bá Tòng ấy - nay sao vắng dần
Văn Khoa cùng lứa thiết thân
Sáu mươi năm đã mất còn như mơ."*

Cách đây bốn năm, kể từ khi nạn Covid-19 hoành hành, sinh hoạt của Hội Cựu Học Sinh Nguyễn Bá Tòng Nam Cali tạm thời ngưng những buổi hội họp. Xem ra chỉ còn một năm đôi ba lần đối đế lắm một số thân hữu của hội này mới gặp nhau. Chẳng hạn như cặp vợ chồng 'thầy Nguyễn Trọng Dương - cô Vũ Thị Sâm' bên Úc sang chơi, một số độ mươi mười lăm thầy cô và cựu học sinh vẫn thường gần gũi mới 'hú' đến gặp mặt hàn huyên - ăn uống với nhau.

Mới đây cô Thúy Đặng (Nguyễn Thị Xuân Thúy) gọi phôn báo rằng ban điều hành hiện tại của Hội có gặp nhau bàn là năm tới chuẩn bị đại hội của trường, đúng vào dịp kỷ niệm năm mươi năm mất nước, chắc cũng nên chuẩn bị một đặc san. Vào sâu chi tiết, cô Xuân Thúy có cho biết là đã mời thầy Quyên Di 'đứng cái' gom góp bài cho nội dung đặc san ấy; và nhân tiện cô ấy mời tôi viết một bài.

Trong vòng mươi năm nay, thân hữu cùng học rồi sau đó cùng dạy một trường của trên dưới sáu mươi năm trước đã theo nhau mỗi lúc một nhiều ra đi vào cõi vô cùng. Sự kiện này hiện đang sốt dẻo tác động vào tâm tình như một băn khoăn không rời, tôi buột miệng trả lời rằng, nếu có viết thì tôi chắc chỉ mong nhắc lại những kỷ niệm còn nhớ được của mấy người bạn cùng học ở Văn Khoa sàigòn và cũng cùng dạy một thời ở Nguyễn Bá Tòng.

Kẻ còn - người mất

Đã trót buột miệng nhận lời, nhưng khi bắt đầu moi trong ký ức ra để mong thực hiện được những gì mình đã hứa, càng lúc tôi lại càng thấy mình gặp khá nhiều trở ngại.

Chẳng hạn có mấy bạn thân từ thời sáu mươi năm trước cùng tốt nghiệp Văn Khoa, cùng dạy học tại Nguyễn Bá Tòng vào mấy năm cuối của thập niên 1960 đấy nhưng bảo là ký ức còn lưu lại nhiều về họ thì quả thật đến tuổi này, trên 80, tôi lúc nhớ lúc quên hết sức là bất ngờ, chẳng thể tiên đoán trước được.

Buổi họp mặt với Hội Cựu Nữ Sinh Nguyễn Bá Tòng SG có 4 cựu giáo sư tham dự: Hàng đầu ngồi, từ trái sang Phạm Đình Ly-Phạm Quốc Bảo-Quyên Di-Trần Năng Phùng. Ảnh chụp trưa ngày 22/04/2024 tại quán Cafe' Tea - Little Saigon, Nam Cali. USA.

Thêm nữa, gần nửa thế kỷ sinh sống tại hải ngoại, vài thập niên đầu chẳng ai trong chúng tôi lại không phải nỗ lực từ bàn tay trắng trong cuộc mưu sinh nơi xứ người. Những năm tháng đầu tắt mặt tối kiếm ăn cho cả gia đình kéo dài khá lâu, mà rất hiếm có dịp gặp gỡ nhau ôn lại chuyện cũ. Đến khi cuộc sống tạm ổn định, con cháu đa số trưởng thành, chúng tôi bắt đầu nhẹ gánh thì không những tuổi tác lại bước vào hàng bẩy mươi mà những bạn thân hầu hết lại ở xa nhau, nên lại càng khó gặp mặt... Đồng thời, hiện tượng mất-còn trên cõi đời này mỗi lúc một bất chợt, thoáng chốc xẩy ra khá dễ dàng nên mỗi chúng tôi "đón" những tin xấu sinh tử của bạn mình đều luôn ngẩn ngơ đau đớn...

Mấy năm nay tôi sống với những yếu tố đặc biệt đại khái nêu trên, thậm chí còn có những bạn ra đi đột ngột mà cả nửa năm sau mới được hay biết. Thế rồi biết đó nhưng có nhớ dài lâu được không, lại là một chuyện khác nữa.

Nhưng nói gì thì nói, cái ký ức thân hữu của sáu mươi năm vẫn cuốn hút, như buộc tôi phải viết về họ:

"Cho tôi nhớ lại từ buổi đầu
để có thể nối đến mai sau
may ra còn chút gì lấp lánh
chúng mình đã hiện diện cùng nhau"

**

Đấy! Vừa chợt nhớ ra, tôi phải ghi lại đây ngay đi chứ không thì quay đi ngoảnh đến rồi chính mình quên bẵng đi luôn!

Tôi muốn nhớ tới Phạm Quân Khanh. Anh chàng này trong thập niên 1960 là một người bạn có thể nói là khá thân mật với tôi: Cùng học Văn Khoa, dù khác

Từ trái: Phạm Quốc Bảo - Trần Tuấn Kiệt - Phạm Quân Khanh - Hồng Nguyên Sĩ - 2 đứa con gái của Kiệt ở giữa. [Ảnh chụp lại từ Brochure "Our Beloved Land Việt Nam" năm 1966] (*)

môn, nhưng không những cùng dạy ở Nguyễn Bá Tòng mà còn hiện diện với nhau gần như đủ mọi sinh hoạt của thời trai trẻ ấy của chúng tôi.

Thế mà sau 1975, Khanh cùng gia đình sang Canada định cư; còn tôi thì kẹt lại - đi tù rồi vượt biên sang ở miết tại Miền Nam Cali này.

Năm 1988, nhờ có chuyến đi đã để lại khá nhiều chứng tích, khiến chưa thể quên được, tôi đã viễn du một chuyến từ Little Saigòn đi máy bay lên Washington D.C. lưu lại trên tuần lễ bù khú với nhóm bạn hồi ấy còn đông như Lê Thiệp - Ngô Vương Toại - Đặng Đình Khiết - Nguyễn Tường Giang - Giang Hữu Tuyên... Sau đó tôi đáp xe lửa sang Montreal chơi với cậu em họ vài ngày là lại lên đường đi xe bus dừng ở Ottawa buổi trưa, ăn uống đã đời với Nguyễn Tường Vũ & Phạm Quân Khanh, rồi khi ngà ngà mới trở lại tiếp tục đáp xe bus sang đến Toronto vào nửa khuya về sáng để thăm mấy gia đình bên ngoại của tôi!

Sau chuyến ấy thì có lẽ tôi còn được gặp Khanh hai lần nữa, nhờ vào dịp con Khanh sang Los Angeles này dự 2 cuộc hội thảo chuyên môn nên vợ chồng Khanh được nó đặc biệt cho tháp tùng và gặp bù khú với bạn mỗi lần một bữa tiệc.

Thế thôi. Từ đó đến nay cả trên 2 thập niên, tôi chưa hề biết thêm gì mới về Khanh cả...

**

Còn Trần Lam Giang thì cũng di tản sang ở San Jose một thời gian rồi vì công việc phải di chuyển lên cư ngụ trên Sacramento, phía bắc tiểu bang California nên chúng tôi gặp nhau thường. Lần cuối cách đây độ 3 năm trong dịp có việc lên đó, tôi được các bạn ở San Jose như Bùi Ngọc Tô - Nguyễn Bá Trạc - Nguyễn Hữu Hùng chở lên thăm vợ chồng anh ấy trên Sacto...

Vốn sẵn bản chất 'hùng tâm tráng khí', Trần Lam Giang vẫn gắn bó với sinh hoạt giáo dục - văn hóa tại hải ngoại. Như đã là sáng lập viên của Thư Viện Việt Nam từ năm 1990. Như là tác giả của ít nhất hai bộ Cổ Tích Việt Nam và Bách Việt Tiên Hiền Chí (2006). Như đã làm giảng viên Viện Việt Học, phụ trách phần "Văn Chương Cách Mạng" trong giảng khóa "Đại cương về Văn Học Việt Nam" năm 2001.

[trích: https://lovelittlesaigon.org/a378/tho-van-ai-quoc-tien-ban-the-ky-20]

Từ trái: Phạm Quốc Bảo - Giáo sư Nguyễn Khắc Hoạch & phu nhân - Phạm Vân Bằng - Trần Lam Giang, trong buổi lễ chúc thọ Thầy. 1994 (**)

Cuối năm ngoái đây, được tin Bùi Ngọc Tô báo là anh đã ra đi, tôi bật khóc:

Tiễn Trần Lam Giang

Nghe tin bạn mất sớm nay
hỏi ra mới chắc, đúng ngày hôm qua[1]
Ngẩn ngơ hiên vắng trước nhà
lòng sao thổn thức - vỡ òa nỗi đau...

Sáu chục năm hơn trước sau
sớm muộn vài khóa lau nhau học cùng
Văn Khoa: Sử - Triết - Văn chương
mấy môn lõm bõm một phường mộng mơ
Ngày nào cũng y như chờ:
mà ít vào lớp - đọc cours[2] *phần nhiều*
Quây quần những nhóm thật kêu:
Cá Vàng - Mắt Trố - Tứ Tiêu Dao[3] *thừa*
Hội Họa Sĩ Trẻ[4] *tỉnh bơ*
ghé Chung Nhuận Hy[5] *xế bờ bên kia*
Đến chiều về lại cà phê
Quán Văn[4] *vốn sẵn lè phè phe ta*
lại thêm Nguồn Sống - Du ca[4]
rồi C.P.S.[6] *cứ là liên miên...*

Sáu bảy[7] *Văn Khoa khuôn viên*
về đường Cường Để nối liền Dược Khoa
Mọi sinh hoạt cũ rã ra

tan vào mây khói - như là hư không!
Tiếp theo vào giữa Bảy lăm
Miền Nam suốt lượt tan tành khắp nơi.
Người bỏ nước - kẻ tù đầy
mười năm tan tác chua cay phận người...
May sao gặp lại trong đời
nối tình thân cũ ở nơi phiêu bồng:
chỉ mong gạn đục khơi trong
chắt chiu nỗ lực tiếp giòng dõi xưa...

Bốn mươi năm nữa trôi qua
vài năm kề cận bạn đà tiêu hao
Thì ra già cỗi làm sao
cưỡng cầu chẳng đặng - tiêu dao là vừa
Sống thêm được chút nhặt thưa
Cho tròn kiếp nạn - nắng trưa đã tàn

Bạn ơi, tâm sự lan man
làm sao vơi được muôn vàn thương đau!

Chú thích của bài thơ:

(1) trưa thứ tư 20/12/2023.

(2) Cours: những tài liệu giảng dạy của giáo sư được đánh vào giấy stencils quay roneo để sinh viên mua về học ở nhà.

(3) Tiêu biểu một số những nhóm bạn cùng học một chuyên môn sinh hoạt thân thiết với nhau từ mấy niên học trong thời gian nửa đầu thập niên 1960 ở Văn Khoa- Sàigòn.

(4) Tên những hội đoàn văn nghệ giới trẻ hồi bấy giờ, đặt trụ sở ở trong khuôn viên trường Văn Khoa - sàigòn.

(5) Chung Nhuận Hy: tên của một tiệm ăn nằm trên đường Lê Thánh Tôn, bên kia đường đối diện sang khuôn viên Văn Khoa.

(6) CPS: viết tắt của Chương Trình Phát Triển Sinh Hoạt Thanh Niên-Sinh Viên Học Đường, trụ sở đặt trong phạm vi khuôn viên Văn Khoa cũ, góc Nguyễn Trung Trực-Gia Long, vào giữa thập niên 1960.

(7) Sáu bảy: Năm 1967.

[Trích "Lan Man Chuyện Vãn" xuất bản tháng 7 - 2024; Lotus Media - Amazon]

Những hiện diện bên nhau

Tiếp tục cố nhớ lại vào giữa thập niên 1960, tối thiểu tôi còn có thể ghi lại ở đây mấy xuất hiện khá xuất sắc:

- tập thơ 'Mắt Màu Nâu' của Hồng Khắc Kim Mai
- thi phẩm 'Giọt Buồn' của Lê Kim Lợi
- và đương nhiên không thể không kể đến tập thơ 'Dấu Chân Người Giao Chỉ ' của Lê Đình Bảng. Tôi nhớ như vậy; nhưng trong website https://buicongthuan.wordpress.com/2020/08/17/le-dinh-bang-nha-tho-cong-giao/ thì lại ghi là "Bước Chân Giao Chỉ" (Sàigòn 1967); hay "Bước Chân Người Giao Chỉ" trích trang 107 cuốn "Và Em, Lễ Khấn Dòng...", tác giả Francis Assisi Lê Đình Bảng, Tuổi Hoa Publishing xuất bản 2024.

Rồi độ trên dưới mười năm nay, Lê Đình Bảng đã sang định cư ở một thành phố thuộc miền đông bắc Hoa Kỳ. Và trong mấy buổi tiệc đại hội Nguyễn Bá Tòng tại Little Sàigòn, tôi hân hạnh tái hợp với anh.

∗∗

Trong khi đó, Trần Năng Phùng, một nhân vật khá độc đáo ở chỗ gia đình anh di tản sang Mỹ từ giữa 1975, sau một thời gian ổn định học lại, anh đã bước sang lãnh vực kinh doanh bằng cách nổi bật là trong thập niên 1980 mở ra cửa tiệm chuyên về Computer rất sớm tại Quận Cam này.

Độc đáo hơn nữa là dù trước năm 1975, anh tốt nghiệp và dạy anh văn tại Sàigòn thế mà mấy thập niên nay, Trần Năng Phùng cùng bà xã là nữ sĩ dương cầm Minh Ngọc đã liên tục hiện diện trong lãnh vực âm nhạc ở hải ngoại. Chúng ta có thể biết đến một số youtubes mới đây nhất, như: "Những Ca Khúc Hay Nhất của Nhạc Sĩ Nguyễn Văn Đông" - mùng 1 Tháng Mười Một 2013; "Tình Ca Xứ Huế" - Trần Năng Phùng - 20 Tháng Tư 2015; "Những Ca Khúc Hay Nhất Của Khánh Hà" (Trần Năng Phùng & Trần Hải Long) 19 Tháng Tám 2015 (∗∗∗)

Thật là:

"Sáu mươi năm kẻ còn người mất
nhắc về nhau đủ chật nhân gian.
Mấy dòng ghi lại chút thân
mong sao tâm vẫn cứ chan hòa đời."

Những nỗ lực cá nhân đáng kể

Tuy nhiên, những thân hữu cùng học - cùng dạy với nhau cách đây trên dưới 60 năm đã có những nỗ lực hoạt động chẳng những quan trọng trong cuộc sống của cá nhân ấy mà còn đóng góp không nhỏ trong lãnh vực sinh hoạt văn học - văn hóa - giáo dục cho cộng đồng người Việt nói chung. Tôi rất hãnh diện về những cá nhân ấy một khi còn nhớ mà ghi nhắc lại ở đây.

- Chẳng hạn như Nguyễn Văn Đậu, anh mất vào đầu năm 2019. Cuốn sách "Bên Đời Chuyện Vãn" tuyển tập, đã được xuất bản đề 'lưu hành nội bộ' và được gửi ra tặng tôi. Bìa sau cuốn này có ghi, tôi xin chép lại những chi tiết cần thiết về cuộc đời và sự nghiệp của anh:

Nguyễn Văn Đậu (1938-2019) sinh năm Mậu Dần... Trước năm 1975 là giảng viên đại học Văn Khoa & Vạn Hạnh saigon. Từ năm 1975 là giảng viên trường Đại Học Tổng Hợp Tp Sàigòn cho đến ngày về hưu (2001). Đã sáng tác:

- Sự hiện diện của kẻ sĩ trong xã hội cổ truyền Việt Nam (NXB Hồng Lĩnh -Sàigon -1969)
- Chính sách và luật xã hội (Đường Đi ấn hành. Saigon. 1974)

- Phương pháp các khoa học xã hội (...1987)
- Xã hội đại cương (...1995)
- Giáo trình tiếng Việt (..1994)
- Văn hóa du lịch Việt Nam (biên khảo)
- Các vấn đề gia đình Việt Nam hiện đại (biên khảo)
- Trên đường cái quan (bút ký)
- Bên đời chuyện vãn (tạp luận)
- Ngôi nhà trong tranh (truyện ngắn)
- Chuyện của người già (tạp văn)
- Cà phê và quê nhà (thơ).

**

- Chẳng hạn như Phạm Văn Hải: Anh di tản sang cư ngụ tại Washington D.C. vừa làm việc kiếm ăn vừa đi học lại rồi đi dạy ở các đại học Hoa Kỳ.

Thỉnh thoảng chúng tôi có dịp gặp nhau, nhất là trong các khóa tu nghiệp sư phạm được tổ chức liên tục hằng năm vào kỳ hè bốn mươi năm nay tại Nam Cali. Anh vốn là một người rất khiêm cung và nghiêm cẩn trong ngành chuyên môn Ngữ học, nên tôi không trình bày nhiều về công tác viết sách và giảng dạy của anh.

Đặc biệt trong tủ sách hiện giờ của tôi còn lưu lại cuốn "Tiếng Kèm. Tiếng - Lời và Tiếng Kèm - Những Tiếng Kèm thường dùng trong Tiếng Việt; cuốn 1 thuộc "Tìm Hiểu Tiếng Việt" in năm 1998. Anh cho biết anh viết cuốn này trong tư cách giảng viên thuộc viện Đại Học George Washington.

> [Muốn biết thêm chi tiết, xin vào https://www.nguoi-viet.com/little-saigon/giao-su-pham-van-hai-va-buoi-hoi-luan-thu-vi-ve-chu-viet-cua-nguoi-viet/#google_vignette]

**

- Chẳng hạn như Quyên Di Bùi Văn Chúc, một tác giả trong nhóm chủ trương tạp chí Tuổi Hoa ở Sàigòn (bắt đầu xuất hiện từ năm 1966).

> [Trích:https://vietmessenger.com/books/?author=quyendi]

Ra khỏi nước - sinh sống tại Little Sàigòn, anh mở nhà in và cho tục bản tập san Tuổi Hoa ở hải ngoại (vào giữa thập niên 1980), trong khi tiếp tục đi học lại ở các trường đại học nam cali. Chúng ta hãy nghe chính anh thổ lộ: *"Tôi bắt đầu dạy ở Đại Học CSU Long Beach từ 1995 rồi đến năm 2000, tôi dạy song song tại trường thứ nhì là CSU Fulleron rồi thêm nơi thứ ba là Đại Học UCLA năm 2003. Đến 2019, tôi thôi dạy ở CSU Fullerton. Hiện giờ, tôi chỉ giữ hai trường là CSU Long Beach và UCLA thôi,"*

[trích [https://www.nguoi-viet.com/little-saigon/ gs-quyen-di-thong-thao-tieng-viet-se-phuc-vu- cong-dong-huu-hieu-hon/]

Chưa hết, anh đã sớm là thành viên Hội Ái Hữu Cựu Giáo Chức Việt Nam - hải ngoại (từ 1982) và liên

Giáo sư Quyên Di & Lương Thanh Minh Châu trên đài Sàigòn Tivi băng tần 57.5, trưa thứ Bảy mùng 7 tháng Chín 2024 (****)

tục tham gia giảng viên cho các lớp Huấn luyện và Tu nghiệp sư phạm được tổ chức vào Hè hằng năm suốt các thập niên 1980-1990 - 2000-2010 tại cộng đồng gốc Việt ở Miền Nam Cali.

Vẫn chưa đủ, nếu không kể ra rằng Quyên Di còn thực hiện Chương trình giáo dục - văn hóa Việt, có tên là Tuổi Hoa Publishing với Khoa Cát rồi với Lương Thanh Minh Châu, xuất hiện hàng tuần trên đài Sàigòn TiVi - 57.5 Nam Cali. liên tục từ trên 2 thập niên qua.

*

Kể sơ theo trí nhớ chập choạng như trên, tôi phải thú thật rằng:

"Một thời cùng dạy Nguyễn Bá Tòng
xuất thân từ Văn Khoa Sàigòn
Sáu mươi năm trời bao tan tác
mất còn sao đắng chát cả lòng."

Khuya thứ hai mùng 9 tháng Chín 2024.
Điều chỉnh vào mùng Chín tháng Mười 2024.

<u>Chú giải:</u>

(*) Có thể biết thêm ở cuốn *"Chuyện Nào vẫn cần thuật lại"* cuốn 2, Phạm Quốc Bảo, Lotus Media - Amazon - 2022.

(**) Trong lịch sử Phân Khoa Văn Khoa Sàigòn, Giáo sư Nguyễn Khắc Hoạch là vị khoa trưởng đầu tiên được Hội Đồng Khoa của trường bầu lên vào năm 1965, - Viện Đại Học sàigon & Bộ Quốc Gia Giáo Dục VNCH chỉ chuẩn nhận & chính thức hóa mà thôi.

(***) Xin tìm hiểu thêm vào chi tiết ở các websites như : GS TRẦN NĂNG PHÙNG & NS MINH NGỌC https://www.youtube.com/user/trannangphung/videos

https://banmaihong.wordpress.com/2013/10/21/nhung-ca-khuc-hay-nhat-tran-nang-phung/

https://banmaihong.wordpress.com/2012/12/13/mua-dong-cua-anh-minh-ngoc-piano-tran-nang-phung-bui-phuong-pps/

(****) Đoạn chót của chương trình này đề cập đến công việc giảng cổ văn, bài hát nói Kẻ Sĩ của Nguyễn Công Trứ (1778-1859). Nhiều chi tiết đáng kể nữa về nỗ lực làm việc của nhân vật Quyên Di - Bùi Văn Chúc, kể ra đây không tiện, xin xem chi tiết ở những websites sau đây:

https://www.international.ucla.edu/apc/person/541;

https://recongress.org/people/quyen-di-phd;

https://www.nguoi-viet.com/sai-gon-nho/chuyen-chua-ke-cua-thay-quyen-di/#google_vignette

xuân về trễ

Tết đến, theo thông lệ của gia đình tôi lâu nay, người chính thức chủ động chuẩn bị đón Tết bao giờ cũng vẫn là nhà tôi:

- Tự tay làm hũ dưa cải muối - dưa món và nấu sẵn một nồi lớn thịt kho với trứng để giảm thiểu phải vào bếp nhiều trong một tuần lễ Tết.

- Cạnh đấy là trái cây đủ loại để cúng Giao thừa - cúng Phật và thắp nhang đủ ba ngày Tết.

- Đặc biệt là vài ba chậu cúc vàng thì chẳng Tết nào thiếu cả.

Tuy nhiên, một vài thay đổi mà thấy cần thổ lộ ra ở đây. Chẳng hạn đến giữa lớp tuổi 70 thì vợ chồng tôi không còn muốn ăn bánh chưng - bánh tét mấy ngày Tết nữa, là vì thực tế đã ngán và đồng thời cũng bị chứng chậm tiêu hóa với thịt thà, nhất là thịt bò - thịt heo. Ngay cả các loại mứt chúng tôi chẳng màng nữa. Rồi những thứ đậu - hạt khô sản xuất Mỹ nếu không ngọt quá thì cũng mặn quá so với khẩu vị chúng tôi nên bắt buộc phải lựa chọn kỹ trước khi mua về để lúc vui thú đông con cháu - bạn hữu đến chơi ngấm ngáp lai rai...

Riêng cá nhân tôi thì lại vẫn quen thói tật là có thái độ nhẩn nha đủng đỉnh trong vụ kiếm mua hoa cho ngày Tết:

Chợ Tết ở khuôn viên trước khu thương mại Phước-Lộc-Thọ trên đường Bolsa thuộc trung tâm Khu Little Sàigòn, thành phố Westminster - Nam Cali., thường được tổ chức mỗi chiều tối hàng ngày trước cả trên tháng nay rồi. Bằng chứng rằng cũng như các Tết ta trong quá khứ, tôi đã chịu khó bỏ ra nhiều buổi chủ tâm đi lùng mua mấy chậu phong lan về trưng trong phòng khách - phòng gia đình... Ngay cả ở ngoài hiên trước nhà tôi cũng không quên để ít nhất là một chậu nhỏ lan... Còn hội chợ Tết của sinh viên nghe báo trước rằng các em ấy năm nay dự trù không còn chọn tổ chức ở khu Chợ trời Santa Ana nữa mà về lại cái công viên cạnh trường trung học Bolsa Grande, góc ngã ba đường Westminster - Bushard. Tôi dự tính sẽ tham dự dạo chơi và tìm mua mấy củ thủy tiên tại đấy cho tiện. Thế mà lu bu thế nào tôi quên béng đi mất, qua Tết rồi mới chợt nhớ ra. Thật đoảng vị!

Nói chung lại, Tết năm nay, theo như lệ thường, tôi vẫn chủ tâm muốn chuẩn bị như mọi Tết những năm trước đây. Thế mà chả biết loay hoay làm sao bằng đi,

Tết ẤT TỴ đã lướt qua đến rằm tháng giêng ta, mới có dịp thảnh thơi một mình ngồi cạnh bàn nước ngoài hiên nhà, vừa ngó quanh ngó quẩn tôi vừa bắt đầu thấy được mấy thiếu sót như tóm tắt ở trên. Nhưng quan trọng hơn nữa là bấy giờ tôi mới nhận ra những gì mà nhờ mắt nhìn thấy được, tác động vào tâm trí, bật ra những liên tưởng sâu xa khiến cá nhân tôi muốn chia sẻ một vài ý tưởng cụ thể ở đây.

Lan sao nở trễ vậy nhỉ?

Thong thả ngồi một mình ngoài hiên sau Tết, ý định đầu tiên nảy sinh trong tôi là muốn nhân dịp này nhìn ngó xem có gì cần phải dọn dẹp hay điều chỉnh không. Nghĩ vậy, đồng thời mắt liếc một lượt vòng quanh chu vi của hiên trước nhà, tôi liền thấy ra mấy chậu lan: một chậu treo toòng teng trên mái hiên, còn hai chậu nữa nằm rải rác trong một hàng bày biện cây kiểng vòng quanh cái khuôn hiên dài độ hai mươi thước. Mấy chậu phong lan này lẽ ra đã nở hoa như Tết những năm trước, thế mà sao Tết này đã sang rằm tháng giêng ta rồi mà mới nhú mầm nụ. Là sao?

Thắc mắc như vậy, tôi lại liên tưởng đến những chậu hoa mua trước Tết, đang bày rải rác ở mấy phòng trong nhà: Những chậu cúc thường lẫn đại đóa màu vàng - trắng hay loại thược dược... qua Tết một tuần thì đến trên nửa số lượng hoa bắt đầu giảm ánh tươi, lá có triệu chứng héo . Chỉ những chậu lan - nhất là phong lan - thì vẫn mơn mởn, có chậu còn nẩy thêm nụ mới nữa.

Từ hai hiện tượng nêu trên, tôi bắt đầu nghĩ ngợi sâu thêm: Hoa Tết mới mua thì nhà vườn chuyên môn họ chăm bón hằng ngày, để làm sao cho hoa nở phải vừa thời gian đón Tết đem bán mới đắt hàng. Còn những chậu hoa nào khỏe mạnh sau mỗi dịp Tết mà được tôi lưu luyến trưng bày lại ở hiên-sân-vườn nhà

Ảnh chụp chậu phong lan hôm 12 tháng Hai 2025.

thì ít nhất cách tuần phải tưới bón nhẹ một lần, và mỗi năm thường đến giữa mùa đông là phải được thay chậu - đất hay vỏ cây khô, ra may cúc thì có thể sống quá một năm; nhưng đặc biệt thủy tiên và phong lan, nếu được chăm sóc kỹ hằng tuần, tuổi thọ của chúng có thể kéo dài cả thập niên sau đó.

Đấy là trường hợp của mấy chậu lan hiện đang tồn tại ở hiên nhà tôi... Nhưng mọi năm trước đây, sau khi được thay chậu mới và bón ít đất - vỏ cây khô thì mấy chậu lan này thường trước Tết trên dưới một tuần lễ là đã nẩy mầm nụ, rồi vào dịp Tết là bắt đầu một vài nụ bung nở hoa. Thế mà Tết năm nay tôi lu bu quên bẵng đi... Cho mãi đến rằm sau Tết, nghĩa là cả nửa tháng sau, tôi mới có cơ hội ngó ngàng tới thì chỉ thấy được một vài nhánh lan đâm chồi nụ mà thôi. Thật bất ngờ, và đồng thời cũng thấy thất vọng...

Mỗi năm mỗi khác

Tâm trạng ngỡ ngàng và thất vọng khiến tôi nhớ lại:

Mùa đông năm vừa qua thời tiết biến động quá đặc biệt. Mấy đợt gió bão liên tiếp đổ ụp xuống lãnh thổ Hoa Kỳ, hầu hết những tiểu bang miền đông bắc lẫn trung tây - tây nam nước Mỹ liên tiếp bị thiên tai hoành hành. Không mưa gió thì cũng bão tuyết, ngập lụt liên miên. Chỉ riêng miền tây Hoa Kỳ, nhất là Nam California chưa bao giờ lại bị bão gió tấn công, hàng loạt nhiều thành phố nơi cư ngụ của giới dân cư giàu có cứ thế mà bị thiêu rụi; rồi tiếp theo là mưa đổ xuống, lượng mưa tương đối ít hơn những năm qua, nhưng liên tục xảy ra, khiến nạn đất truồi - bùn than ngập ngụa khắp nơi. Thiệt hại ước lượng cả chục tỷ mỹ kim!

Đấy có phải là một trong những nguyên nhân chính khiến cho hoa nói chung biểu hiện mùa xuân của đất trời đã phải chậm phát triển chăng?

Đồng thời, đây cũng là hiện tượng để minh chứng rằng vũ trụ - vạn vật luôn biến đổi. Mà con người, một trong muôn loài sinh tồn trên trái đất - vũ trụ, có khả năng nhận thức để hiểu được cơ chế chuyển dịch không ngừng của đời sống - vũ trụ, nghĩa là nếu có biến chuyển bình thường thì cũng sẽ những bất thường xảy đến. Hiểu được như vậy, con người dần dần mới tạo nên nếp văn minh - văn hóa hướng dẫn để sống còn; trong ấy có thiết lập ra qui luật biến dịch của vũ trụ - vạn vật, dựa vào đấy để tiêu liệu nhằm điều chỉnh những hiện tượng xảy ra sao cho phù hợp ổn định đời sống con người.

Kiều du xuân

Tôi cứ thế tiếp tục liên tưởng đến đoạn thơ trong phần đầu của TRUYỆN KIỀU do Nguyễn Du sáng tác:

" ...*Ngày xuân con én đưa thoi,*
Thiều quang chín chục đã ngoài sáu mươi.
Cỏ non xanh tận chân trời,
Cành lê trắng điểm một vài bông hoa.
Thanh minh trong tiết tháng ba,
Lễ là tảo mộ, hội là đạp Thanh.
Gần xa nô nức yến anh,
Chị em sắm sửa bộ hành chơi xuân..."[1]

Mùa xuân ở trong Truyện Kiều do Nguyễn Du viết nguyên văn như trên, dĩ nhiên là theo khuôn mẫu qui luật do con người ấn định ra như vậy: Mùa xuân ấy chiếm ba tháng - chín mươi ngày. Thời điểm chị em Kiều rủ nhau du xuân là đã bước sang một trong ba mươi ngày chót của mùa xuân rồi.

Nghĩ đến đấy thì tôi cảm thấy hứng khởi trở lại: Sáng hôm nay, tức là vừa một vài ngày bước qua rằm tháng giêng ta, đúng vào lúc tôi ngồi nhìn thấy chậu lan đất treo ở hàng hiên chỉ mới nẩy mầm nụ. Nghĩa là thời điểm này mới có trên mười lăm ngày bước vào xuân năm nay. Lan mới có nẩy mầm và chắc chắn hoa sẽ nở trễ. Nhưng mùa xuân năm nay vẫn còn đến trên bẩy mươi ngày nữa cơ mà!

Một tuần lễ qua không còn gió mạnh nữa; đồng thời sau một sáng sương dầy đặc ướt đẫm thềm nhà, làm như đêm qua có mưa nhỏ kéo dài vậy; và nắng lên đều từng ngày ấm dần...

Cho đến sáng hôm 21 tháng Hai - 2025, tôi hân hoan bắt gặp ở chậu lan treo trước hiên nhà đã có một nụ nở hoa tím ngát, khiến tôi hứng khởi đi ngắm ngó một lượt quanh nhà: Mấy cây đào lùn cũng lác đác ra một vài bông chào xuân... Và, đặc biệt, cây hoa đào trồng ở sân sau nhà đã đâm chồi lá xanh tươi cùng nhiều mầm nụ cũng đã nẩy mấy bông hoa mới tinh!

Xuân nay

Xuân này vốn tự xuân xưa
đọng trong ký ức cũng vừa hiện ra
trộn lẫn vào ước muốn mà
thành một thứ mới gọi là xuân nay:
*
Thực hư, hư thực - chuẩn thay
Xuân trộn quá khứ - tương lai hiện tiền.

Chú thích:

(1) từ câu 39 đến câu 46, Truyện Kiều (viết vào khoảng 1814-1820) là tập truyện thơ chữ nôm của Nguyễn Du (1766-1820) đã được khắc in đầu tiên năm 1906.

Cây đào trong sân sau nhà, buổi sáng hôm 21-02-2025.

Thư chúc xuân Ất Tỵ 2025

(THANH BINH Diep
*On Tuesday, January 28, 2025 at 06:41:58 PM PST,
THANH BINH Diep <thanhbinhj@gmail.com>)*

Kính gửi Ba Bảo Mẹ Hương,
Năm mới Ất Tỵ 2025, con kính chúc Ba Mẹ dồi dào sức khỏe, tâm bình an, vạn sự tốt đẹp!

Năm vừa qua, con gặt hái được nhiều điều tốt đẹp trong công việc cứu người bịnh. Bên cạnh đó con vẫn canh cánh lo lắng cho sức khỏe Ba Mẹ vì tuổi đã cao. Con cảm nhận Ba Mẹ luôn bên con và đồng hành cùng con. Lúc thành công hay thất bại, con nhớ như in lời Mẹ dặn phải làm một thầy thuốc tốt, đó là niềm tin và sức mạnh tinh thần lớn cho con. Con chỉ có một mình nhưng con không cô đơn vì con còn nhiều người yêu quý con, đặc biệt là Ba Bảo Mẹ Hương và những bức thư quý giá Ba Bảo đã viết cho con. Thật hạnh phúc, quý giá, tốt đẹp vì con vẫn còn hai Ba và hai Mẹ đồng hành cùng con.

Là người con được nuôi dưỡng và dạy dỗ tốt đẹp, con sẽ phát huy bản thân và giúp đỡ người bịnh. Con xem họ như thân thể này, cố gắng điều trị mang lại sức khỏe cho mọi người. Con không mong cầu tư lợi và gửi đến sự tốt đẹp trong sự nghiệp gửi đến Ba Mẹ!

Con của Ba Mẹ, **Thanh Bình**.

(Bao Pham To THANH BINH Diep
on Wed, Jan 29 at 12:20 PM)

Thanh Bình Diệp con:

Chiều qua, ba nhận được thư con chúc TẾT, ba liền in ra để mẹ nhâm nhi được.

Sáng nay, mùng MỘT tết Ất Tỵ, mới có thì giờ nhẩn nha viết cho con:

- Lâu mới được thư con, nội dung thư con kỳ này, từ chữ nghĩa mà đoán vào tâm tình con, ba thấy hãnh diện thầm: Chưa bao giờ thấy con chững chạc hẳn ra như vậy!

- Nghe con kể, ba thấy trên dưới mười năm nay càng lúc con càng bồi đắp công việc phục vụ tha nhân, qua việc thực hiện nghề nghiệp của mình, dựa trên quan niệm đúng đắn một cách vững chắc.

- Con cho ba thấy được thái độ tự tin của một người trưởng thành trong trải nghiệm thực tế hằng ngày, giữa một xã hội bát nháo.

- Ba yên lòng và cảm tạ Trời-Phật đã thương tưởng mà cho ba mẹ được có duyên với những đứa con như con vậy.

Qua năm mới, ba mẹ chúc con luôn an bình & thăng tiến trong công việc.

Cho ba mẹ gửi lời chúc đến ba mẹ ruột của con, cùng tất cả gia quyến, được luôn an lành trong năm mới.

Ba Bảo + Mẹ Hương của con.

Giới thiệu ngành truyền thông Việt tại Little Sàigòn - Nam Cali:
cụ thể qua công ty Người Việt

Gần nửa thế kỷ nay, ngành truyền thông trong cộng đồng Mỹ gốc Việt xuất hiện và nỗ lực phát triển cho đến nay đã trải qua những mốc điểm đáng liệt kê còn nhớ được, như tờ Người Việt (1978), chương trình truyền hình do bà Nam Trân thực hiện (1982) qua International Channel - băng tần 18; đến thập niên 2010 có đến 4 nhật báo: Người Việt, Việt Báo, Viễn Đông, Việt Herald, cũng như trên 10 băng tần Tivi Việt; và hiện nay chỉ còn 3 nhật báo (gồm báo giấy và online) nhưng các băng tần tivi việt ngữ đã vụt tăng lên gần 25 [*có thể xem thêm bài "Nhật ký cuối năm 2020: Tạ ơn"*].

Đã là nhân viên của công ty Người Việt từ giữa tháng Hai 1982 cho đến tháng Tư 2020, tôi mong có thể chia sẻ một số hiểu biết tiêu biểu về truyền thông việt ngữ, cụ thể qua hoạt động của công ty này, một ngành hoạt động phục vụ nói chung cho cộng đồng người Mỹ gốc Việt tại Hoa Kỳ.

Sơ lược về sự hiện diện & phát triển của công ty truyền thông Người Việt

Khởi đầu là tờ báo giấy có tên là Người Việt Cali, ra bất định kỳ vào giữa tháng 12 năm 1978, do ông Đỗ Ngọc Yến thực hiện. Cho đến tháng 2 năm 1982, cá nhân tôi bắt đầu vào làm một nhân viên thì tờ Người Việt đã là tuần báo. Cuối 1980 - đầu thập niên 1990, Người Việt đã là tờ nhật báo đầu tiên ở Little Sàigòn.

Và đến nay, hệ thống công ty truyền thông Người Việt bao gồm đến nhiều công ty khác nhau, chúng ta hãy thử tìm hiểu những nét phát triển chính yếu, qua những tiểu mục sau đây:

Lược sử công ty Người Việt:

- Ấn bản đầu tiên của nhật báo Người Việt là tờ tuần báo Người Việt Cali với 4 trang khổ lớn, phát hành ngày 15 tháng Mười Hai, 1978, tại thành phố San Diego, California rồi sau đó chưa đầy một năm thì dọn về Santa Ana . Mãi đến tháng 8 năm 1983, công ty Nguoi Viet (Vietnamese People), Inc. mới chính thức ra đời. Sau một thời gian hoạt động, tuần báo Người Việt trở thành nhật báo Người Việt vào năm 1985 (5 số hằng tuần).

- Công ty Nguoi Viet (Vietnamese People), Inc. là công ty gốc, thành lập năm 1983, hiện làm chủ 96.6% số cổ phiếu của NVNews.

- Công ty Nguoi Viet News, Inc. (NVNews), thành lập năm 2003, xuất bản và sở hữu Nhật Báo Người Việt, Người Việt Online, Niên Giám Người Việt, và một số sản phẩm khác. Nguoi Viet Employee Stock Ownership Plan (NV ESOP), tạm dịch là "Quỹ Hưu Bổng Nhân Viên Làm Chủ Cổ Phần của Công Ty Người Việt," làm chủ tất cả (100%) cổ phần của công ty Nguoi Viet (Vietnamese People), Inc. Kể từ tháng 9 năm 2009, khi mua lại tất cả cổ phần của tất cả 22 cổ đông NV vào lúc đó: ESOP là một dạng thức quỹ hưu bổng của nhân viên các công ty tư nhân. ESOP xuất hiện tại Mỹ từ năm 1956. Sau đó, đạo luật liên bang Employee Retirement Income Security Act 1974 (ERISA) (Đạo luật An Toàn Lợi Tức Hưu Bổng của Nhân Viên năm 1974) định chế hóa chặt chẽ dạng thức quỹ hưu bổng này.

Định chế của công ty này:

- Hoạt động của công ty dựa trên căn bản kết hợp giữa riềng mối liên hệ thân hữu hoạt động thiện nguyện với lợi ích kinh doanh kiếm lời.

- Nhật báo Người Việt phục vụ cộng đồng và độc giả qua công việc loan tin trung thực, khách quan; trình bày những ý kiến hữu ích, phù hợp với đạo đức và ích lợi chung, theo truyền thống báo chí và truyền thông dân chủ tự do.

- Nhật báo Người Việt cổ võ các giá trị nhằm phát triển các quyền tự do về chính trị và kinh tế; đóng góp vào cuộc vận động xây dựng thể chế dân chủ tự do tại quê nhà. Nhật báo Người Việt tranh đấu đòi thể hiện tính công khai, minh bạch trong mọi hành động, lời nói của chính quyền, cũng như của các tổ chức tư nhân và những người có ảnh hưởng trong xã hội.

Tiến triển trong nghề truyền thông:

- Nghề dạy nghề: Vừa làm vừa học.
- Làm báo & viết báo
- Kỹ thuật thay đổi theo bước tiến của áp dụng máy móc vào nghề:
- Từ gõ bàn máy chữ quả cầu IBM sang máy in Very-typer rồi bỏ dấu - cắt dán đến nhấn chuột computer, laptop...
- Từ báo giấy sang báo online.

Nội dung sinh hoạt của công ty này:

Suốt trong thời gian hiện diện cho đến nay là trên 45 năm, công ty truyền thông Người Việt đã tạo dựng nên:

1/. Các cơ cấu hoạt động:

- **Nhật báo Người Việt:** báo giấy lẫn báo online hiện vẫn đang tiếp hoạt động.

- *Cơ sở Truyền Hình Việt Nam* (1983-1986) với những người thực hiện như Lương Văn Tỷ, Nguyễn Đức Quang, Trầm Tử Thiêng...

- *Báo Xuân Người Việt* xuất bản mỗi năm.

- *Giai Phẩm Xuân Sài gòn Nhỏ* xuất bản hằng năm từ 2015.

- *Niên Giám Thương Mại Người Việt* (Business Directory) hằng năm, từ năm 1989.

- *Cơ sở phát thanh VNCR* (1993-2009) - Viet Nam California Radio KALI FM 106.3 Orange County - Los Angeles.

- *Đài phát thanh NVR* (National Vietnamee Radio; 2009- 2012) ; NVR 1190 AM , với Đinh Quang Anh Thái, Janine Trang Nguyễn...

- *Hội Văn Học - Nghệ Thuật Việt Mỹ, VAALA* (Vietnamese American Arts and Letters Association) từ 1992- 2014 với Lê Đình Điểu, Lê Văn Khoa, Nghiêm Phú Phát...

- *Nguyệt san Phụ nữ - Gia đình Người Việt* (2002-2007) với Thái Hà, Trần Mộng Tú...

- *Nguyệt san Thế Kỷ 21* (1989-): với Phạm Phú Minh, Lê Đình Điểu, Đỗ Quí Toàn... Thư viện Người Việt - https://www.nguoi-viet.com; TheKy21 & http://www.viethoc.com.tap-chi-the-ky-21.

- *Quán Văn*, bán nguyệt san thông tin văn học-nghệ thuật(2004-2020) với Ngô Mạnh Thu, Phạm

Quốc Bảo... phát hành 2 lần vào thứ tư tuần lễ thứ 2 và thứ 4 mỗi tháng.

- *Nhà xuất bản Người Việt*, từ năm 1983 trở đi.

- *Sổ Tay Người Việt* (Sổ tay của người làm báo), Người Việt xuất bản 2006.

2/. <u>Các tuần báo liên hệ với công ty</u>:

a/. *Hỗ trợ thành lập & giúp làm những tờ báo địa phương khác:*

* *Tuần báo Người Việt San Diego* (1985), chủ nhiệm ban đầu là Nguyễn Khắc Nhân

* *Tuần báo Người Việt Tây Bắc* (1986 -) , chủ nhiệm Phạm Kim ở Seattle, tiểu bang Washington....

b/. *Những tờ báo chi nhánh:*

Tiêu biểu là từ 2015, hệ thống tuần báo Saigon Nhỏ trở thành một công ty riêng, chuyên sản xuất tuần báo này và phát hành hàng tuần ở gần 20 thành phố trên 15 tiểu bang khắp Hoa Kỳ.

3/. <u>Hỗ trợ những hoạt động văn hóa - truyền thông- cộng đồng tiêu biểu:</u>

a/- *Tổ chức hội thảo & thiết lập tài liệu lưu trữ:*

Tiêu biểu như:

* *Tự Lực Văn Đoàn:* Chủ Nhật, 7 tháng 7, 2013: **Triển Lãm Và Hội Thảo Báo Phong Hóa Ngày Nay**

Và Về Tự Lực Văn Đoàn tại Hội trường báo Người Việt; https://www.diendantheky.net/2013/07/hinh-anh-ngay-khai-mac-tren-lam-va-hoi.html;

* **Nhà văn hóa Pétrus Trương Vĩnh Ký:** *Kỷ Yếu Triển Lãm Và Hội Thảo Petrus Trương Vĩnh Ký* vào Ngày Thứ Bảy 8 tháng 12 năm 2018, tại nhật báo Người Việt, Little Saigon, Nam California: https://petruskyaus.net/ky-yeu-trien-lam-va-hoi-thao-petrus-truong-vinh-ky/

b/- Tổ chức 3 lớp huấn luyện Báo Chí việt ngữ:

* Lớp Báo Chí Hè 1986
* Lớp Báo Chí Hè 1987
* Lớp Báo Chí Hè 1988.

c/. Sinh hoạt cộng đồng: chẳng hạn

Cây Mùa Xuân HO xuân Nhâm Dần (8/2/1992).

* **Vài nguyên tắc căn bản viết & làm truyền thông:**

- <u>Nội dung viết</u>:

* 4W+1H: Who - What - Where - Why - & How.
* chủ động - chính xác - tôn trọng sự thật của sự kiện - chữ nghĩa phổ biến.
* trình bày ý kiến không một chiều, phải cân bằng.

- <u>Bản tin</u>: * *Tin dịch*: tôn trọng ý chính, một tin có thể biến thành trên một bài, một bài có thể bao gồm nhiều nội dung tin.

* *Tin hình*: hình phải lột tả được nhiều ý chính của nội dung chừng nào hay chừng nấy.

- <u>Tường thuật</u>: ngắn gọn, chính xác , tôn trọng nội dung sự kiện + Hình ảnh

- <u>Ký sự</u>: Trình bày sự kiện trong bối cảnh xã hội. Hình & tin bổ sung, luôn phải có chú thích (caption) hình.

* **Vài trở ngại tiêu biểu của nghề truyền thông:**

Trở ngại là thử thách để vượt lên hay phải lụi tàn.

- Vụ bị biểu tình phản đối vì để phông hình có lá cờ đỏ sao vàng, Truyền hình Việt Nam phải ngưng hoạt động (1985)

- Vụ đăng cái hình bệ cầu quấn cờ ba sọc đỏ, báo Người Việt bị phản đối, bị vu là thân Cộng.

- Thu nhập: Báo giấy giảm dần, phải đẩy mạnh Người Việt Online để bù đắp...

* Vài kinh nghiệm thu thập từ nghề truyền thông:

- Sáng tạo chữ dùng mới để đáp ứng với các sự kiện mới xảy ra:

* Hooligan * Dương cầm thủ * Ký mục gia [xem chi tiết từ bài: "Bùi Bảo Trúc rạng danh ký mục gia"]

- Câu chuyện năm 1988 lên thăm tòa soạn USA Today trên Washington DC.

* Ý kiến cá nhân về nghề truyền thông:

" Cộng tác với báo Người Việt đến nay là trên 36 năm, sinh hoạt này khiến lưu lại trong tâm tư tôi (Phạm Quốc Bảo) mấy điểm vắn tắt:

- Viết và làm báo là do hoàn cảnh và nhu cầu sinh sống đưa đẩy tôi vào nghề.

- Những yếu tố căn bản của nghề truyền thông nói chung, lẫn ngôn từ - nghĩ - nói - viết có được chính mình luôn luôn cập nhật để thực hành hay không? Bài mình viết ra có chính xác, mạch lạc và vừa đủ hay không?

- Mỗi ngày mà không tìm ra được một cái gì mới để bổ túc vốn hiểu biết và để thực hiện, thì đó là một điều kém vui;

- Mỗi ngày mà không thực hiện được một điều gì đấy có ích lợi cho mình và người khác thì cũng là một thiếu sót cần nỗ lực thêm."

[Trích nguồn: Người Việt 40 năm, qua tâm tình của các cựu chủ bút, nhân Kỷ niệm 40 Năm Nhật Báo Người Việt: https://www.nguoi-viet.com/40-nam-nhat-bao-nguoi-viet/nguoi-viet-40-nam-qua-tam-tinh-cua-cac-cuu-chu-but/amp/]

Viết xong vào ngày 2 tháng Bảy 2022.

Tài liệu tham khảo:

1/.- *Kỷ yếu: Lớp Báo Chí Hè 88*. Người Việt xuất bản năm 1988.

2/.- *Sổ Tay Người Việt* - Sổ Tay của Người Làm Báo; Người Việt xuất bản 2006.

3/.- *31 năm Người Việt*, Ấn bản kỷ niệm 31 năm (1978-2009) thành lập Báo Người Việt và 10 năm (1999-2009), Người Việt Online-Nguoi Viet, Inc. xuất bản 2009.

4/.- *35 năm Người Việt* - Ấn bản kỷ niệm 35 năm thành lập Nhật báo Người Việt - Nguoi Viet,Inc xuất bản 2013.

5/.- Bài *My memories of the author of "Thier War"*, trang 74-80, cuốn Their War, the Perspectives of the South Vietnamese Military in the Words of Veterans-Emigrés, tác giả Julie Pham, PhD. [Nguồn: https://www.amazon.com/Their-War-Perspectives-Vietnamese-Veteran-

%C3%89migr%C3%A9s/dp/1792941269]

6/.- ***Các nguồn liên quan*** tới công tác tìm hiểu về Công Ty & Nhật báo Người Việt:

-https://vi.wikipedia.org/wiki/Ng%C6%B0%E1%BB%9Di_Vi%E1%BB%87t_(b%C3%A1o);

- website của Công ty Người Việt: www.nguoi-viet.com
- Nguoi Viet News:https://www.nguoi-viet.com
- Tuần báo Sài Gòn Nhỏ: Nguoi Viet Online Daily News - Little Saigon - nguoivietonlinehttps://www.littlesaigonnow.com;

HOẠT ĐỘNG VĂN HÓA - GIÁO DỤC CỦA CỘNG ĐỒNG VIỆT GẦN NỬA THẾ KỶ Ở HẢI NGOẠI

DÀN BÀN DỰ THẢO:

Mấy yếu tố nền tảng xây dựng xã hội VNCH 20 năm Miền Nam VN (1954-1975) & Hoài bão qua những hoạt động văn hóa - giáo dục của Cộng đồng gốc Việt gần nửa thế kỷ ở hải ngoại (1975-2023)

I.

* Dưỡng nuôi & phát triển bản chất dân tộc qua tinh thần kiên cường bất khuất trong lịch sử để trường tồn:

- Thống nhất dân cư Bắc-Trung-Nam
- Thống nhất Việt ngữ.

* Tiếp thu & ứng dụng bước đầu khái niệm tự do - dân chủ từ văn hóa phương tây: *(cụ thể qua văn hóa Pháp-Mỹ)*

- Thiết lập thể chế Việt Nam Cộng Hòa.
- Thực hiện chương trình giáo dục đã được ông Hoàng Xuân Hãn (Bộ Trưởng Giáo Dục thời chính phủ Trần Trọng Kim, 1945) thiết lập nhưng chưa được thực sự thi hành.
- Nền văn học VNCH
- Nền báo chí VNCH.

II.

* Thế hệ tỵ nạn Việt đầu tiên, qua nếp văn hóa gia đình vốn sẵn có từ trong nước VN, đã lăn lưng vào xã hội mới định cư trên 4 thập niên để tạo sức sống còn cho cộng đồng gốc Việt:

- **Các hội đoàn đồng hương** - quân đội VNCH & mọi ngành nghề bắt nguồn từ xã hội VN cũ..Họ hiện diện sinh hoạt hằng năm.
- **Các chương trình Tết** hằng năm.
- Đặc biệt là **những đoàn thể tôn giáo, Hướng Đạo Sinh** ... hoạt động hằng tuần.

* Thế hệ tỵ nạn một rưỡi & hai đã nỗ lực xây dựng & phát triển cộng đồng gốc Việt:

cụ thể như:

- Các ban đại diện học sinh - sinh viên gốc Việt, **Tổng Hội Học sinh-Sinh viên gốc Việt** và các sinh hoạt hằng năm. Chẳng hạn Hội chợ Tết hằng năm do các bạn đại diện Sinh viên Việt gốc Việt tổ chức tại các trường UCLA -UCI...và của Tổng Hội sinh viên-học sinh mỗi năm cả trên hai thập niên nay ở khu Little Sàigòn.

- **Hoa Hậu Áo Dài Long Beach** (1979-80...), các **Giải Khuyến Học** hằng năm, *viện Việt Học, viện Bảo Tàng Thuyền Nhân, viện Bảo Tàng Di Sản Người Việt*.

- **Các trường dạy Việt ngữ** cho con em, bắt đầu từ những cơ sở tôn giáo, sau lớn mạnh thành các Trung Tâm Việt Ngữ, rồi nay đã trở thành các lớp song ngữ Anh-Việt ở các đại học và bây giờ lan sang các trường trung tiểu học địa phương Hoa Kỳ.

- **Chuyên gia các ngành nghề** trong xã hội tái định cư: từ các dân cử, viên chức các cấp từ thành phố - quận hạt lên đến tiểu bang và liên bang Hoa Kỳ. Đồng thời phát triển vượt bực trong các ngành nghề khác, như địa hạt kinh doanh, thương mại; ... và nhất là **quân đội, ít nhất hiện diện 4 cấp tướng lãnh** nam và nữ...

Hiện cộng đồng gốc Việt lớn mạnh không hề thua kém bất cứ một tập thể cộng đồng nào khác trong xã hội tái định cư.

* Sơ thảo vào tháng 12- 2023.

Góp ý về Bản sắc Việt

Đây là một trong hai bài thuyết trình, do cô **Kim Ngân** *(viện Việt Học)* gợi ý. Hai bài này mong có thể tóm tắt được những suy nghĩ căn bản về bản chất của dân Việt, dựa vào những yếu tố của lịch sử dân tộc Việt, lịch sử tư tưởng nhân văn, Nhân chủng học, Ngôn ngữ học, & ca dao - Tục ngữ & truyện Cổ tích - Huyền thoại Việt.

Bài thứ nhất này hy vọng có thể trình bày khái quát những nét chính trong nội dung bản sắc của dân Việt, từ cổ đại đến hiện đại; kèm theo những dẫn giải cụ thể và ngắn gọn tiêu biểu cho những tính cách cốt lõi của bản sắc Việt.

Đặc biệt cuốn video *"Cậu Bé 12 Tuổi Thất Lạc Gia Đình Trong Chiến Tranh Và Vượt Biển Sống Sót - Ông Hồng Thiệu Trác"* [phim tài liệu trong Dự Án LỊCH SỬ QUA CHUYỆN KỂ (Oral History); https://www.youtube.com/watch?v=6FjeeEKVTjw;]

đã khích lệ tôi nỗ lực thực hiện bài này. Tôi xin chân thành cảm tạ câu chuyện đời của Hồng Thiệu Trác và Viện Bảo Tàng Di Sản Người Việt - Việtnammese Heritage Museum - VHM.

* Luôn tự xét mình:

   - truyện Trầu-Cau.

   - *"Connait - toi Toi - même"*: Know thyselt. Socrate (https://la-philosophie.com/socrate-connais-toi-toi-meme)

   - *"Quân tử thận kỳ độc"*: [trích trang 35, trong chương Đại Học, sách Tứ Thư Tập Chú của Chu Hy (18 tháng 10 năm 1130 - 23 tháng 4 năm 1200)

   Nguồn: https://www.google.com/search?q=t%C3%A1c+gi%E1%BA%A3+trung+qu%E1%B-B%91c+n%E1%BB%95i+ti%E1%BA%BF-ng%3A+Chu+Hy.&sxsrf=ALiCzsazbRfa3xWGMx-svX2I-bgxvtdEcFg%3A1666735567813&ei=z11YY7im-MdG7kPIPvOC6qAo&ved=0ahUKEwj4ydDrsfz6AhX-RHUQIHTywDqUQ4dUDCA8&oq=t%C3%A1c+gi%E1%BA%A3+trung+qu%E1%BB%91c+n%E1%BB%95i+-ti%E1%BA%BFng%3A+Chu+Hy.&gs_lp=Egdnd3Mt-d2l6uAEM-AEBMgUQIRigAcICChAAGEcY1gQYsAP-CAgQQABhHwgIFEAAYgATCAgYQABgWGB7CAgQ-QIRgVwgIIECEYFhgeGB2QBghInmlQ9hJYu0ZwAXgCy-AEAkAEAmAHoAaAB5Q6qAQUwLjcuM-IDBCBBGADi-AwQgRhgAiAYB&sclient=gws-wiz]

* Tự chủ:

- *"Anh em kiến giải nhất phận"*
- *"Trong đầm gì đẹp bằng sen
Lá xanh bông trắng lại chen nhụy vàng
Nhụy vàng bông trắng lá xanh
gần bùn mà chẳng hôi tanh mùi bùn"*

* Kiên nhẫn:

- Trong độ trên 11 thế kỷ bị Bắc phương đô hộ, tổng cộng 4 lần [lần1(207- 111 trước tây lịch), lần 2 (111 trước TL- 40 sau TL), lần 3 (43 - 544), lần 4 (603-906)] {1}; nhiều cuộc vùng lên của dân Việt, như Hai Bà Trưng (40-43), Bà Triệu (248), Nam Việt Đế Lý Bôn (544- 546) , Dạ Trạch Vương Triệu Quang Phục (548- 556), Lý Nam Đế (tức Lý Phật Tử, nhà Tiền Lý (571-602), Mai Hắc Đế (722), Bố Cái Đại Vương Phùng Hưng (791), Khúc Thừa Dụ (906), Khúc Hạo (907- 916), Dương Diên Nghệ (931), Ngô Quyền (939-944).{2}

* Hy sinh:

- *"Con cò mà đi ăn đêm
đậu phải cành mềm lộn cổ xuống ao
ông ơi ông vớt tôi nao
tôi có bề nào ông hãy xáo măng
có xáo thì xáo nước trong
đừng xáo nước đục đau lòng cò con"*

* Hòa Hợp

- anh em như thủ túc

*- "Khôn ngoan đối đáp người ngoài
Gà cùng một mẹ chớ hoài đá nhau"*

* Quật cường:

a/- Tiếng Việt - Chữ Việt - Việt ngữ: âm Việt ngữ lưu truyền trong dân gian suốt từ thời cổ đại, xuyên qua các thời kỳ bị đô hộ:

- Các thời kỳ Bắc phương đô hộ, tiếng & chữ Hán bị bó buộc phải sử dụng thì trong dân gian loan truyền Hán ngữ đọc theo âm Việt: Hán-Việt, Việt Hán; Chữ Nôm: *"Nôm na là cha Mách qué".*

- Thời kỳ Pháp đô hộ, âm Việt hòa với mẫu tự La tinh biến thành Việt ngữ chúng ta sử dụng ngày nay.

* Hai vị thánh của dân Việt:

- Đức Thánh Hưng Đạo Đại Vương- Trần Quốc Tuấn: có thật trong lịch sử.

- Đức Thánh Gióng: Phù Đổng Thiên Vương, dã sử- anh hùng dân tộc.

* Bốn bà Chúa - Tiên - Phật:

- Phật Bà Quan Âm: Quan Âm Thị Kính.

- Bà Chúa Liễu Hạnh, tín ngưỡng phát xuất từ gốc đạo Lão.

- Bà Chúa Xứ: tín ngưỡng của dân cư đồng bằng sông Cửu Long.

- Bà Chúa Thượng Ngàn: tín ngưỡng của dân thiểu số Bắc phần

(khởi thảo 14:00 Thứ Ba 25/10/2022)

Chú thích:

{1} trích trang 84, Việt Sử Toàn Thư của Phạm Văn Sơn.

{2} trích trang 98-151, Việt Sử Toàn Thư.

Tạ ơn
Nhật ký cuối năm 2020

Giữa cơn đại dịch đang hoành hành, cũng như hầu hết lớp cư dân về hưu ở Nam Cali bị bó buộc phải chịu cảnh cách ly tại nhà, từ đầu tháng Tư đến giờ tôi đã bắt đầu quen với một thời khóa biểu sinh hoạt 'cấm túc' riêng mình, quanh quẩn trong nhà – bước ra hiên – xuống đến vườn, suốt 24 giờ mỗi ngày: Thức dậy - làm vệ sinh thân thể, tập thể dục ngoài hiên, ăn sáng. Ra ngồi bật cái laptop lên, trả lời email, đọc tài liệu hay xem sách báo nào cần. Rồi thơ thẩn trước hiên hay đi vòng vườn nhà, nhặt lá - cắt cành... nhưng thường chỉ là nhìn ngắm lan man mấy thứ cây cỏ - hoa lá, trước khi vào viết xuống những gì mới nảy ra trong trí.

Độ 3 giờ chiều thì ăn gì đấy cho đỡ đói. Và lại vào bàn check emails, ra salon nằm nghỉ mười lăm phút -

nửa giờ hay viết gì đấy nếu thấy cần. Cho đến độ sáu rưỡi bảy giờ thì ăn bữa tối với vợ, xong lại ngồi vào bàn trước cái laptop... để cuối ngày, mười hay mười một giờ tối thì vào phòng ngủ.

Mỗi ngày lẩn thẩn như vậy, tôi cũng có vài ba lúc bật tivi lên xem tin tức...

**

Tri ân đến giữa mùa đại dịch

Và trên băng tần CBN 14.5 ngày thứ Ba, 01/12/2020, tình cờ nội dung bình luận được phát hình ở chương trình Tự Lực Bookstore về câu chuyện của bà Sandra Nathan nhân lễ Thanksgiving năm nay được ông Đinh Quang Anh Thái nhắc đến, đã khiến tôi động tâm. Vào lục ở Google, bài viết *"She Helped South Korea in Its Time of Need. In the Pandemic, It Repaid Her"*[1] của Choe Sang-Hun đã được đăng vào ngày 20 tháng 11 trên nhật báo News York Times, tôi tạm thời dịch vài đoạn cần thiết rút ngắn như sau:

"...Bà Sandra Nathan từ 1966 đến 1968 đã hiện diện ở một thị trấn Nam Hàn như một tình nguyện viên trẻ thuộc Peace Corps (Phong trào thanh niên phụng sự Hòa Bình thế giới phát xuất từ Hoa Kỳ), dạy anh ngữ cho những nữ học sinh trung học xứ này. 52

---

[1] Trích trong bài: https://www.nytimes.com/2020/11/20/world/asia/korea-coronavirus-care-package-peace-corps.html

năm sau, Nathan nay đã về lại Hoa Kỳ và đột nhiên nhận được một gói quà từ Nam Hàn khiến bà xúc động đến muốn rơi lệ.

Bà Nathan, 75 tuổi, hiện đang cảm giác mỗi lúc một gia tăng bị cô lập ở nhà tại Stephentown, thuộc tiểu bang New York. Tin về đợt bùng phát dịch bệnh Covid-19 ở Hoa Kỳ khiến bà ngại ra ngoài, nơi mà giới chuyên gia đã cảnh báo rằng những đợt lây nhiễm thứ hai và thứ ba đang ập tới.

Rồi đầu tháng này bà đã nhận được một gói đề là "Hộp cứu sinh Covid-19". Đó là gói quà do chính quyền Nam Hàn gửi sang đựng 100 cái khẩu trang và

Sandra Nathan đang dạy Anh ngữ trong một lớp học tại Nam Hàn, mấy năm cuối 1960, trong tư cách tình nguyện viên Peace Corps.

nhiều thứ khác,' như một biểu lộ tri ân tấm lòng của bà đã từng dành cho chúng tôi.'

Gói quà này khiến tôi hồi tưởng lại năm 1968' bà Nathan, một luật sư chuyên về nhân quyền và lao động đã về hưu, nói. 'Nó như một thứ gì huyền diệu: Ai đó, dân Nam Hàn, ở rất xa đây, họ muốn chắc là tôi vẫn còn an bình. Nó là thứ mà tôi cần để chống lại cái bệnh hiểm nghèo (này). Họ như muốn bày tỏ rằng họ có trách nhiệm (phải) lưu tâm đến tôi"

"Nhiều thập niên qua, dân Nam Hàn đã luôn nhớ tới bà Nathan cùng 2,000 thiện nguyện viên Peace Corps khác. Những tình nguyện viên người Mỹ này đã đến phục vụ xứ sở ấy như những giáo viên và những chuyên viên chăm sóc sức khỏe từ năm 1966 đến năm 1968, lúc mà Nam Hàn còn là một nước trong khối thế giới thứ ba đang chìm ngập trong bệnh tật, độc tài quân phiệt, nghèo khổ và tan hoang sau cuộc chiến Triều Tiên.

Nam Hàn nay đã là một trong những quốc gia giàu nhất thế giới, và biện pháp chống lại đại dịch coronavirus của họ đang trở thành mẫu mực cho các quốc gia khác... Tháng mười (năm nay), trong kế hoạch đền bù những món nợ(quá khứ), cơ quan đặc trách do chính phủ xứ này điều hợp cho biết là họ đã gửi những hộp cứu sinh Covid-19 cho 514 cựu thiện nguyện viên Peace Corps..."

**

Tri ân bằng hữu trong quãng đời phục vụ

Câu chuyện cụ thể của bà Nathan tạm trích ở trên tự nhiên đã khiến tôi cảm nhận một cách sâu xa. Nhiều hình ảnh lẫn những câu chuyện lần lượt hiển hiện ra:

Đầu tiên, Peace Corps trong Google viết "Chương trình này được thiết lập theo Lệnh Hành pháp 10924 của Tổng thống John F. Kennedy ban hành vào ngày 1 tháng 3 năm 1961. Nó được thông báo trên truyền hình ngày 2 tháng 3 năm 1961, và được Quốc hội Hoa Kỳ cho phép bằng việc thông qua Đạo luật Tổ chức Hòa bình vào ngày 21 tháng 9 năm 1961..."

Trong khi ấy, tôi còn nhớ rằng các đoàn thanh niên hoạt động công tác xã hội có tên là IVS [viết tắt của International Voluntary Services][2] bắt đầu xuất hiện tại miền Nam Việt Nam vào vài năm cuối thập niên 1950, với những nhân vật còn sót lại trong trí nhớ của tôi. Chẳng hạn những bạn đã mất như Nguyễn Thượng Hiệp, Nguyễn Tường Quý, Hà Tường Cát...; những người còn như Nguyễn Hy Văn (Seattle), Trần Công Sung (Paris, Pháp), Ngọc Hoài Phương (Little Sàigòn, Nam Cali)... Và trụ sở của hội này (như đã có lần trước Bảy Lăm, tôi được mời tới dự một buổi tiệc họp mặt với bằng hữu) đâu ở đường Phùng Khắc Khoan [giữa Phan Thanh Giản - Phan Đình Phùng, Sàigòn (?)]

---

2 Có thể đọc thêm bài "International Voluntary Services in Vietnam: War and the Birth of Activism, 1958-1967", của Paul A. Rodell.

Tất cả những nhân vật tiêu biểu ghi lại ở trên (mà tôi nhất thời còn nhớ được), họ vốn trước đó đã có mặt hoạt động trong những hội đoàn như Hướng Đạo Sinh, Gia Đình Phật Tử, Thanh Sinh Công… nên khi được biết có một tổ chức thiện nguyện như IVS là nơi đang thực hiện nội dung những hoạt động đáp ứng thích hợp với mục đích phục vụ xã hội mà lại có chi phí trợ cấp, dù ít thôi, thì bảo sao họ lại không thích thú tham gia cho được!

Tuy nhiên, song song với hình thức hoạt động xã hội ấy, họ vẫn đã là những nhân tố tích cực hiện diện ở các ban chấp hành học sinh - sinh viên, Tổng Hội sinh viên (Sàigòn - Huế - Đà Lạt), Phong trào cứu trợ nạn lụt Miền Trung (1964 & 66) , Công Tác Hè 65, CPS (1966), Chương Trình Học Đường Mới (66), Phong Trào Du Ca (67)…

Rồi khi thoát được ra sống ở ngoài này thì bên cạnh việc ưu tiên kiếm sống là chính, họ vẫn không quên tiếp tục gặp nhau để lại cùng hoạt động trong các hội đoàn khác nữa, như Hội Ái Hữu Cựu Giáo Chức Việt Nam tại Hải Ngoại (tháng 2-1982), Văn Bút Việt Nam Hải Ngoại, Các Trung Tâm Việt Ngữ, các Khóa Huấn Luyện & Tu Nghiệp Sư Phạm Việt Ngữ, Câu Lạc Bộ Hùng Sử Việt…

Cạnh đấy, có hẳn một tập họp nhau khác mà đặc biệt lợi ích ở chỗ là vừa kinh doanh để sinh sống mà lại vừa thỏa mãn niềm thích thú phục vụ chuyên môn ở lãnh vực truyền thông: Đó là tờ báo Người Việt, công ty này đã được một số anh chị em di tản ngay từ sau biến cố Ba Mươi Tháng Tư 75 họ nỗ lực lập ra và nuôi dưỡng từ tháng 12 năm 1978, và sẵn sàng đón tiếp các anh chị em hoạt động xã hội cũ ở trong nước lần lượt di cư ra. Cho đến cuối năm 1985, nhóm anh chị em này lại bắt đầu gầy dựng một tập hợp mới, mong muốn tạo thành truyền thống hằng năm của trên dưới nửa thế kỷ qua, bằng nội dung think-tank phù hợp với nhu cầu học hỏi để tiến bộ trong xã hội mới, có tên là Họp Mặt Thanksgiving.

Từ đấy đến nay đã có không biết bao nhiêu bằng hữu lần lượt bỏ anh chị em ở lại để đi vào cõi vô cùng. Như Trần Đại Lộc (1997), Lê Đình Điểu (1999), Trầm Tử Thiêng (2000), Lý Văn Chương (2001), Trần Đình Quân (2002), Ngô Mạnh Thu (2004), Đỗ Ngọc Yến, Đào Mộng Nam, Nguyễn Văn Diên (2006), Nguyễn Đức Quang (2011) ...

Những người còn lại đây, cụ thể như cá nhân tôi, đúng vào dịp các lễ lớn cuối năm này thì thấy cần phải nhắc nhở đến, cho ít nhất chính mình, mặc dù chỉ liệt kê đại khái sơ sài như trên. Để làm gì? Tôi tâm niệm rằng chẳng qua là chỉ ôn lại một vài kỷ niệm mà từ đấy, thấy mình đã may mắn hạnh phúc có một số giai đoạn trong quá khứ được cùng bằng hữu cộng tác với nhau để làm một thứ gì đấy... Thụ hưởng như vậy, há tôi lại không biết ngỏ một lời tri ân họ, tri ân những thời gian - những không gian trong quá khứ ấy của đời mình sao?

Nhớ hạc

Cả năm không được gặp nhau rồi
Nay chỉ hình bạn thoáng qua thôi
Hơi thơ vẫn cứ cổ phong cũ
Lãng đãng thần thơ, hạc đã bay...

Hạc đã vỗ cánh bay lên rồi
theo gió ra đi chốn xa khơi
quên mất đường về ân nghĩa cũ
rơi rớt tiếng lòng xưa rất xưa...

(December 13, 2020, 08:58:09 PM)

**

Tri ân đời sống:

Tuần trước và sau lễ Tạ Ơn, một số chương trình phát hình Nam Cali mà tôi tình cờ được xem và còn nhớ là đã trao cho tôi mấy nhận xét, như:

- Những trình chiếu tiếp tục lâu nay các công tác cứu trợ từng đợt của Hội Bạn Người Cùi (băng tần 57.3), của Hội Từ Thiện Hoa Sen Việt - Kết nối từ tâm - xây cầu tặng cho dân cư khắp những nơi cụ thể cần thiết ở đủ mọi miền tại VN (14.7, 57.19) …

- Chương trình ca nhạc do VietLove Foundation Inc. tổ chức quyên góp để cứu bão lụt Miền Trung VN được trình chiếu nhiều đợt trên băng tần 56.10.

- Tin tức về những hoạt động từ thiện, như phân phối thức ăn nóng vào những sáng cuối tuần hay phát chăn mền - quần áo lạnh cho người nghèo - không nhà ở Nam Cali (từ chương trình Trái Tim Yêu Thương qua các băng tần 14.2), ở Washington D.C. (từ VOA Express), đặc biệt là tổ chức The People Concern đang nỗ lực gấp rút ghép nhiều thùng containers thành những dẫy nhà tiền chế cấp thời cho giới không nhà tại L.A cư ngụ qua mùa đông này...

- Rầm rộ và đáng chú ý nhất phải là những chương trình thể hiện lên nỗ lực dành cho giới Trẻ gốc Việt hải ngoại như:

* Tổ chức thi Áo Dài Truyền Thống cho giới trẻ gốc Việt vào dịp cuối năm 2020 & Tết Canh Tý.

* Bộ phận trẻ của Câu Lạc Bộ Tình Nghệ Sĩ sinh hoạt học & ca hát, talk show riêng cho mục "Trong cơn đại dịch".

* Chương trình VietYouth do Trang Phan & Michelle Nguyễn hướng dẫn (14.1).

* Và một kế hoạch qui mô có tên là Ước Mơ Việt – 'Bảo tồn tiếng Việt trong sáng' do bác sĩ Phạm Đỗ Thiên Hương chủ trì : Theo kế hoạch thì nửa năm nay các em ở khắp mọi nơi trên thế giới đều có thể tham dự bằng cách hát-nói & kể truyện vào video clips rồi gửi về www.uocmoviet.org, tất cả sẽ lần lượt được cho phát hình phổ biến rồi được chấm điểm và có quà thưởng nữa!

Cạnh đấy, ít nhất là ba mục mà khi xem được thì tôi thấy cứ kể ra đây để quí vị biết:

- Trong một lần phát hình Talk show trong cơn đại dịch trên IBC (57.19), nha sĩ là nhạc sĩ Cao Minh Hưng của CLB Tình Nghệ Sĩ trò chuyện tâm tình với ca sĩ Thu Sương (Paris), phần cuối mục có phát lại đoạn video clip ca sĩ này hát bài "Thiên Thần Trong Bóng Tối" của Trúc Hồ trong buổi Đêm Thắp Nến Hát Cho Tù Nhân Lương Tâm Việt Nam.

- Cách đây vài năm, một anh vô gia cư tên Ted 'golden voice' William nhờ có giọng nói đặc biệt bắt micro, đã được phỏng vấn trên một băng tần truyền hình địa phương. Lập tức anh ta may mắn được nhân giúp làm xướng ngôn viên cho một đài phát thanh, rồi anh nhanh chóng khuếch trương thành công dịch vụ này, nay anh ta đã là một triệu phú. Ted đang chủ động tổ chức một chương trình từ thiện chỉ chuyên giúp lại cho dân vô gia cư nhân thời đại dịch này.

- Trong mục Đời sống & Xã hội phát hình trên AVA (57.7), ông Nguyễn Tuyên kể lại câu chuyện rằng có đàn khỉ đã kéo nhau đến sống tại một rạp hóa hoang phế bên Thái Lan. Và đột nhiên vào dịp cuối năm vừa qua, đàn khỉ này tự dưng được một nhạc sĩ dương cầm ở đâu tới chơi piano giúp vui cho chúng!

**

Tri ân yếu tố điều chỉnh

Hai tuần lễ nay, đại dịch coronavirus đợt thứ ba đang dữ dội tấn công toàn thế giới. Thống kê trên internet cho biết, vào ngày 16 tháng 12 đã có trên 74 triệu lây nhiễm, trên 1 triệu người tử vong với 443, 627 người bị dương tính chỉ trong 24 giờ qua.

Riêng tại Hoa Kỳ, đã có tới 92,765 lây nhiễm mà 1,779 người tử vong trong một ngày, nâng tổng số lên trên 17 và ¼ triệu lây nhiễm và 312, 871 tử vong. Biện pháp phòng ngừa gay gắt liền tới tấp được ban hành ở hầu hết 50 tiểu bang.

Tuy nhiên, từ gần một năm nay, người ta mỗi lúc mỗi nghiệm thấy rõ rằng yếu tố kỷ luật cá nhân[3] chưa bao giờ lại có cơ hội cọ sát gay gắt với nếp sống tự do trong xã hội Mỹ đến như bây giờ.

May mắn rằng tiến trình nghiên cứu thuốc chủng ngừa lại được nỗ lực nhanh kỷ lục đến như hiện nay: Thuốc của hãng Pfizer vừa được chuẩn thuận và bắt đầu thực hiện công cuộc chích ngừa vào bắt đầu từ thứ ba 15 tháng 12 vừa qua. Tiếp theo, thuốc của hãng Moderna có thể cũng sẽ được chính thức cho phân phối vào một vài tuần tới đây. Còn lại là đều tùy thuộc vào chương trình phân phối và những đợt chích ngừa cho từng thành phần dân cư, chiếu theo kế hoạch do liên bang và tiểu bang xếp đặt ưu tiên, tuần tự thực hiện từ nay cho đến mùa hè năm tới, 2021.

---

3 (Con người) ta tất nhiên phải thận trọng ngay cả khi chỉ hiện diện mình với mình: "Quân tử tất thận kỳ độc", trích trang 32, Tứ Thư Tập Chú của Chu Hy.

Trong khi đấy, trước đó một ngày (thứ hai, 14/ tháng 12), Đại cử tri đoàn Hoa Kỳ đã hợp thức hóa chiến thắng của ông Joe Biden với 306 phiếu (so với 232 phiếu bầu cho ông Trump). Và tạp chí Times phát hành số mới nhất, trong đó họ chọn nhân vật của năm (Person of the Year 2020) là ông Joe Biden & bà Kamala Harris. Tin này khiến tôi nhớ lại 4 năm trước cũng tạp chí này đã vinh danh ông D. Trump là nhân vật của năm. Còn bây giờ thì tôi thấy rằng với những gì đã xảy ra ở 4 năm qua, ông Trump quả là một nhân vật đặc biệt: Tác phong biểu lộ cá tính mãnh liệt luôn luôn trùm lấp cả trách vụ tổng thống của ông ấy; trong lịch sử nước Mỹ tôi chưa hề thấy có một vị tổng thống nào độc đáo như thế cả… Và đồng thời, tôi nghĩ rằng ông Biden và bà Harris 'hứa hẹn' là hai nhân vật sẽ gặp phải những tình huống khá chật vật để xoay trở trong nhiệm vụ lãnh đạo của họ ở 4 năm cầm quyền tới đây.

Mấy sự kiện này, theo tôi, gián tiếp xác nhận rằng triết lý thực dụng đã có truyền thống áp dụng vào sinh hoạt tự do - dân chủ của dân Mỹ hiện vẫn còn ngự trị xã hội này, đáng để cho giới lãnh đạo các quốc gia và dân chúng trên khắp thế giới suy ngẫm.

Cuối cùng, tôi cho rằng: Năm 2020 này có hai hiện tượng (đại dịch coronavirus & cuộc bầu cử tổng thống Mỹ) minh chứng cho yếu tố toàn cầu hóa đã và đang chi phối bước tiến bộ chung của loài người, kể từ khi mạng lưới điện toán internet bắt đầu xuất hiện. Và đến bây giờ thì nó vẫn dần dần hiện mỗi lúc một rõ khắc sâu vào cuộc sống con người, nó đang mở rộng tiến trình tạo thêm nhiều yếu tố khác nữa để hoàn hảo hóa nếp sinh hoạt mới cho con người sống trong xã hội hiện nay và ở trước mặt./.

Thứ Tư, ngày 16 /12/ 2020.

PHẦN III
Thơ

Phạm Quốc Bảo qua nét vẽ Họa sĩ Nguyễn Thị Hợp - 1989.

Vén tấm mành lên

Vén bức mành ngoài hiên
để nắng vào rực rỡ
xóa dần hết ám chướng
nâng cuộc sống vươn lên.

Nghìn năm dọn lại lúc này
tung ra muôn hướng giống nòi tái sinh.

(11:30 pm March 12/ 2021)

Cuốn lên bức mành

Vén bức mành chia cắt lên
gần một thế kỷ đêm đen vẫn là
Năm thế hệ sống chưa qua
được cơn mê muội của thừa kế chung.

Ngó - nghe thôi đã đắng lòng!
Phải chăng dân Việt đã cùng đường sao?

Ngẫm xem lịch sử lao xao:
Mười thế kỷ thảm dưới trào Bắc phương
tổ tiên ta cũng đã từng
quật cường mấy đỗi - vẫy vùng bao phen
dưỡng nuôi chí khí vững bền
khi lòng dân chín - vùng lên mới thành[1]

Nhưng khi độc lập yên lành
mà tâm trí vẫn nín thinh biếng lười
suy tư vẫn nô lệ người:
Không sao tự lập cho đời thăng hoa,
nhận vào cái của người ta
chưa nhào nặn miết cho ra của mình

Ngẫm rằng ta chả thông minh
Quật cường xong - hả hơi nhanh thành tồi!
Muốn sống còn phải tự khơi
cho nguồn sáng tạo đâm chồi lộc non.

21:00 thứ Tư 24/02/2022.

(1) Trên một ngàn năm Bắc thuộc, dân Việt đã liên tiếp vùng lên gần cả 20 lần.

Về hưu

Về hưu ai cũng như nhau
cũng già cũng bệnh cũng bao nhiêu phiền
Nhưng tâm ta thấm nhân tình
cứ vui mà sống vượt trên ngại ngần
Có hưu hắt cũng chẳng than
vì đời đến lúc chẳng màng tới chi!

21:00 Thứ Ba 15/Oct. 2024.

Đáp thư bạn

Gửi Trần Thiện Hiệp

Đọc thơ thấy bạn thảnh thơi
Nào là ở ẩn - võng khơi hiên nhà
Nào là rượu tiến tà tà
Nào là sáng dậy - chung trà thanh tân
Trong khi ta vẫn xà quần
Với bao nhiêu thứ lần khân mệt nhoài...
Sống đời đã vốn hiểu đời:
Mỗi người mỗi phận - nào ai giống mình!
Nên ta cứ thế - mần thinh
cho qua kiếp nạn, trọn tình nghĩa nhân
Chúc cho bạn cứ an nhiên
Còn ta lấn bấn chút phiền nữa thôi
Thế rồi cũng chót phận người
Thế rồi cũng thoảng gió ngoài hiên xưa.

Trao gửi

Đọc được thơ khóc bạn
như chính mình bùi ngùi
mấy năm nay phát chán
muốn khuất giữa chơi vơi...
Hãy khóc đi cho nguôi
để lòng mình chững lại
sống trọn lấy một đời
lao chao đầy nước mắt...
Và nghiệm thấy nơi đây
vẫn còn bạn chia sẻ
vẫn có mầm tươi trẻ
vươn lên giữa chúng ta
Thế nhá.

[trích Email Fri, Feb 23 -2023 at 1:04 PM]

Sống giữa chợ đời

Gửi Lý Kiến Trúc

Nhà tôi rợp cả sân sau
Bồ Đề tỏa tán đậm màu xanh tươi
thêm cây đàn cũ thảnh thơi
hứng lên lại dạo khúc nhôi một mình...

Thoảng khi gặp dịp họp cùng
mấy người tri kỷ khiêm cung kiệm lời
giữa nguồn cảm khái chơi vơi
tâm tư bay bổng dưỡng nuôi mộng thường
quên đi những cảnh phường tuồng
ngoài kia rối rắm nhiễu nhương bộn bề.

Memorial Day, 27/05/2024.

Khen bạn

Bài thơ bạn gửi từ sáng sớm
Trưa mới tạm rảnh mở ra xem:
Mừng lễ Tạ Ơn này khá chát
nhấn nỗi bi ai ngập ngụa thêm...
Thôi nhá bạn,
Đất trời - cha mẹ sao trót sinh ta
giữa buổi nhiễu nhương - đầy rẫy ta bà
Người xưa đã trách 'sinh nhầm thế kỷ'*
Còn ta quay quắt mãi... cũng an hòa:
Trải đời êm ả - nản thay
Ngầy ngật sống đấy - mà hay vung trời!

---

* "Lũ chúng ta đầu thai lầm thế kỷ" trong bài Phương Xa của Vũ Hoàng Chương: https://www.vanchuongviet.org/index.php?comp=tacpham&action=detail&id=20128

Tự hỏi

Cuối năm thời tiết cứ trở chứng liên miên
con người sống cũng đã gay gắt nhiều thêm
A.I.[1] ứng dụng chênh vênh đầy thử thách:
An bình chưa thấy mà chỉ đậm ưu phiền

Xã hội ngày nay như quá đà phát triển,
giả trá sao cứ lấn mãi phần hướng thiện,
lằn ranh sống còn đang mấp mé diệt vong.
Cuối một vòng xoay chuyển vũ trụ - càn khôn?

Rõi xem thế sự bôn chôn
sắp vận hội mới - hay tàn kiếp đây!

9:30 pm Thứ Tư, Jan.22- 2025.

---

(1) A.I.: Artificial Intelligence, trí tuệ nhân tạo.

Than vãn

Trưa ngày cuối năm chợt động tâm,
sau bao bấn bíu xa lẫn gần
Ngồi nhớ Giáp Thìn đầy tai họa
khiến mình quay quắt giữa ta bà

Hai người thân lần lượt bỏ đi,
bốn năm bạn hữu cũng đến thì..
Thời tiết dập vùi thêm vào đấy
biến thân - tâm này chẳng thiết chi...

Sống đời từng trải đã đớn đau..
Nhưng dường vận hạn vẫn nhấn sâu..
Phải chăng phần số luôn thử thách
cho rõ can trường vượt đến đâu?

[ghi lại vào tối mùng Một - ẤtTỵ - 29/012025]

Đọc thơ nhớ bạn

Đọc hai bài thơ của bạn
sao mà thấy buồn man mác…
May
vẫn còn hơi hướng lãng mạn
thành một thứ gì căn bản
nuôi dưỡng chúng ta quyến luyến giữa đời này.

[Sun, Sep 29 /2024 at 11:12 AM]

Nghe tin bạn, tự nhủ

Tiễn Khánh Trường

Mười năm qua trông bạn cứ phơi phới
Ngó sơ mà tôi cũng phải phát thèm:
Cuộc đời này đã chín mùi tân khổ,
vậy sống sao cho nhẹ gánh ưu phiền

Tử sinh này giấc cô miên
Trước sau một bước chẳng thiên vị nào...

21: 00 Thứ sáu 27/12/24.

Tiễn Lê Chí Khởi

Bỗng nghe bạn mới bỏ đi
ngôi sao vụt tắt giữa khi chuyển mình
khiến bao bằng hữu thình lình
nhớ ra thân phận..cũng chênh cuối trời...

Ở đời[1]

"Thiên đàng - địa ngục hai bên"[2]
Con người ở giữa - chẳng thiên bên nào:
Thiên đàng lý tưởng trên cao
Xem ra có đấy, với sao được mà!
Địa ngục răn kẻ sa đà
dè chừng giữa chốn ta bà vần xoay.

Hỡi ai quay quắt giữa đời
chông chênh hai cõi rong chơi trên đường
mà bình thản cả mọi phương
an nhiên trải nghiệm nhiễu nhương - mới là!

---

(1) "Life is like riding a bicycle. To keep your balance you must keep moving." ("Đời sống cũng như đi xe đạp - muốn thăng bằng phải đạp dấn tới") Albert Einstein.
ALBERT EINSTEIN, sinh: 14 tháng 3, 1879, Ulm, Đức; mất: 18 tháng 4, 1955, Princeton, New Jersey.
(2) Đến khi mình chết được lên thiên đàng. "[trích bài 'ĐỒNG DAO VÀ TRÒ CHƠI TRẺ THƠ' của Phan Thi Vinh, 04/12/2012: https://phanvinh.wordpress.com/2012/12/04/dong-dao-va-tro-choi-tre-tho/]

Đồng Dao⁽³⁾

"Thiên đàng địa ngục hai bên
Ai khôn thì lại, ai dại thì xa.
Đêm nằm nhớ Chúa, nhớ Cha
Đọc kinh cầu nguyện, kẻo sa linh hồn.
Linh hồn phải giữ linh hồn
*Đến khi mình chết được lên thiên đàng."**

Tranh vẽ "Trò chơi rồng rắn" của trẻ con hát bài Đồng dao.

và Đồng Dao ⁽³⁾

với những bản ghi lại khác, như:

1/. "Thiên đàng địa ngục hai bên
Ai khôn thì lại, ai dại thì sa.
Đêm nằm nhớ Chúa, nhớ Cha
Đọc kinh cầu nguyện, kẻo sa linh hồn.
Linh hồn phải giữ linh hồn
Đến khi mình chết được lên thiên đàng

2/. "Thiên đàng địa ngục hai bên
Ai khôn thầy dạy, ai dại thầy xa
Đêm nằm nhớ Chúa, nhớ Cha
Đọc kinh cầu nguyện kéo xa linh hồn
Linh hồn phải giữ linh hồn
Đến khi gần chết được lên thiên đàng"

---

(3) Đồng dao *"Trò chơi rồng rắn"* [https://www.thivien.net/Khuy%E1%BA%BFt-danh-Vi%E1%BB%87t-Nam/Tr%C3%B2-ch%C6%A1i-r%E1%BB%93ng-r%E1%BA%AFn/poem-l9JhjsIIlwzniHQq1yXpzw]

Khai bút

Đầu Xuân ẤT TỴ mở lời
sau bao sui rủi năm rồi vừa qua
Bước vào lớp tuổi tám ba
chỉ mong sống sót an hòa với nhau.

12:30 pm Thứ Tư Jan. 29. 2025

Tâm sự

Tết này sắp trọn đủ năm mươi năm
cái nước Việt Nam Cộng Hòa đầy chon von
trong dựng xây - đất trời đã đành cướp cạn
để nửa thế kỷ nay lưu lạc tha phương
tâm tư chúng ta mãi chìm đắm đau thương...

Trong khi đấy
Loài người cứ ngang nhiên tiến bộ
bao nhiêu phát minh khoa học lộ
để ứng dụng vào xã hội ngày nay
cuộc sống nhờ thế biến thái đổi rời.

Hình ảnh quê hương xưa quá mất rồi
còn chăng tồn tại trong tâm tưởng thôi.
Cảnh tượng - dân cư đâu còn như cũ
Người trong và ngoài nước thật khác vời.

Những khái niệm cổ dần nới rộng ra:
Ranh giới nước thành khu liên quốc gia
Internet thành mạng toàn cầu hóa
Dân tộc nào cũng gốc đa chủng mà!

Bạn ơi, hãy sống an hòa
giữa lòng người - vật cùng là thiên nhiên.

12:00 pm Thứ Hai Feb. 03. 2025

Góp vui

Sắp đến TẾT ta
gió bỗng chuyển mùa...
Đọc thơ bạn viết
hoa đào nở bung ra!

Mừng thấy bạn kỳ này
đã thấu được vòng xoay
vận hành vũ trụ cùng vạn vật
mà vẫn an nhiên sống với.

11:19 pm Thứ Ba 07/01/2025

Nhủ bạn

*Đào Hữu Dũng đang cùng gia đình
sống ở Tokyo, Nhật Bản.
Trong email liên lạc với nhau trước đây,
anh cho biết đang bệnh,
chờ kết quả thử nghiệm.
Đến email đề Sat, Mar 30, 2024
at 9:30 PM Dũng viết:
"Tokyo nắng ấm sau một mùa đông
dài." Nên ở email đề Mar 31 at 11:37
tôi viết tặng Đào Hữu Dũng
& các bạn xưa
cặp lục bát:*

"Tokyo nắng lên rồi
Đông lạnh dài mấy cũng vời Xuân sang"

Mừng họp mặt

Bạn xưa trên sáu chục năm
cùng học một lớp C 'còm' với nhau
bây giờ thiếu trước hụt sau
còn dăm bảy mạng bạc màu thời gian

Nhớ quên - quên nhớ lan man
gặp nhau trân quí vô vàn đấy nha!
Ngó nhau: Tám chục cả mà
Quần tụ chốt lát cũng là thiên thu.

Little Saigon, Thứ Bảy 15.02.2025.

Xuân nay

Xuân này vốn tự xuân xưa
đọng trong ký ức cũng vừa hiện ra
trộn lẫn vào ước muốn mà
thành một thứ mới gọi là xuân nay:
*
Thực hư, hư thực - chuẩn thay
Xuân trộn quá khứ - tương lai hiện tiền.

5 am; thứ Hai 10.02.25

Tiễn Đằng Giao

Hai ngàn mười lăm
Hai ngàn hai lăm
Thời gian vụt qua
như một chớp mắt

Mới đó cùng nhau
đã thành thiên cổ
Vui buồn - sướng khổ
trộn lẫn lao chao
Thật mà không thật

Đột nhận được tin
đến gặp lần cuối
Khuôn mặt cố nhìn
vẫn xa vời vợi...

Duyên phận mong manh
giữa ta và người
mười năm thoáng chốc
mà đậm khôn nguôi...

Thôi nhé - Đằng Giao
Hôm nay người khuất
ta cố đến chào
hẹn sau sẽ gặp.

9pm Chủ nhật 23.02. 2025

Tám Ba tuổi - tự riễu mình

Mấy năm nay có ai đó chợt ướm hỏi
Cậu đang ở vào lớp tuổi nào vậy rồi?
Mặt cứ tỉnh bơ tôi ngang nhiên đáp lại:
U Tám Mươi hẳn là lớp tuổi của tôi.

Bạn ngồi bên tức tối quá buột nên lời
U Chín Mươi mới chính xác, cha nội ơi!
Miệng cười cười muốn cho qua, chẳng cãi lại
Nhưng bạn vẫn cần nhằn cự nự tới nơi:

Rằng U là chữ viết tắt mà cha nội.
Tám Mươi Ba tuổi phải là U Chín Mươi
Già chát rồi mà còn ham trẻ chi nữa!
Phán sai chữ nghĩa khiến người ta chê cười.

Ra vẻ nghiêm chỉnh để tạo dịp mắng nhau
Đã thế thì ta nổi đóa đốc thêm vào
Bằng cách nhơn nhơn nói theo kiểu cà trớn,
luận bàn ngược ngạo mà chọc ghẹo xà ngầu

Có phải hồi xưa các cụ thường hay nói:
Đã bước vào lớp tuổi trên dưới Tám Mươi.
Ngày nay bầy đặt tân thời chữ viết tắt
U Iếc ra cái điều tiến bộ hơn người!

Chữ U viết tắt đâu chỉ 'under' thôi
mà còn có thể 'up' nữa chứ , bạn ơi!
Cho nên bây giờ nếu đã Tám Ba tuổi
vẫn đường hoàng tự xưng là U Tám Mươi!

Nửa đêm thứ Sáu 14/03/25.

BẠT

TÔ ĐĂNG KHOA

CUỐN LÊN BỨC MÀNH QUÁ KHỨ: HỒI KÝ, NGÔN NGỮ VÀ "CẦU VƯỢT" QUA NHỮNG GIAO LỘ LỊCH SỬ

Có những câu chuyện không dừng lại ở một con người hay một thời đại, mà kéo dài như một dòng chảy không ngừng của ký ức, nối quá khứ với hiện tại theo cách mà người kể chuyện đôi khi cũng không ngờ tới. *Cuốn Lên Bức Mành* của Phạm Quốc Bảo trên bề mặt là một hồi ức, một hồi ký về ông ngoại mình – cụ Hàn Giảng – nhưng cũng có thể là một tấm gương phản chiếu tâm thế của những người trí thức Việt Nam trong thời kỳ thuộc địa và cả những thế hệ sau này.

Cụ Hàn Giảng là một con người đi giữa hai thế giới, hai dòng chảy tư tưởng. Ông không hoàn toàn thuộc về chế độ thuộc địa, cũng không thể là một nhà cách mạng theo nghĩa truyền thống. Ông làm việc cho chính quyền Pháp, nhưng chưa từng xa rời cội nguồn. Khi trở về quê hương sau bao năm, ông đối diện với một thực tế khó tránh khỏi: ánh nhìn nghi kỵ từ những người đồng hương, những câu hỏi không dễ trả lời về lòng trung thành và bản sắc.

"*- Như vậy nên quan ngài mới làm việc cho chính quyền người Pháp.*
- Có phải ý cụ Tiên chỉ muốn phát biểu là tôi đã làm tôi tớ cho bọn giặc Pháp?"

(Cuốn Lên ..)

Câu hỏi ấy, được đặt ra cách đây gần một thế kỷ, vẫn có thể vang vọng trong những cuộc đối thoại của ngày hôm nay. Trong một thế giới ngày càng toàn cầu hóa, khi ranh giới giữa truyền thống và hiện đại, giữa dân tộc và quốc tế, giữa hội nhập và đánh mất bản sắc trở nên mong manh hơn bao giờ hết, con người vẫn tiếp tục phải đối diện với câu hỏi: chúng ta thuộc về đâu, và ta có thể giữ vững căn tính của mình như thế nào trong một thế giới luôn thay đổi?

Câu chuyện của cụ Hàn Giảng không chỉ nói về một cá nhân mà còn mở ra một chủ đề rộng lớn hơn về vai trò của trí thức trong xã hội. Họ là những người đứng giữa hai luồng tư tưởng, thường xuyên phải lựa chọn giữa những con đường không hoàn toàn đúng cũng không hoàn toàn sai. Trong quá khứ, tầng lớp trí thức Việt Nam từng bị đặt vào thế phải chọn lựa giữa hợp tác với chính quyền thực dân hay đứng về phía phong trào yêu nước. Ngày nay, sự lựa chọn ấy có thể không còn mang tính sinh tử như xưa, nhưng áp lực của nó vẫn còn đó – trong cách mỗi người đối diện với truyền thống, với những giá trị đã được định sẵn, với những thay đổi mang tính tất yếu của thời đại.

Ngôn ngữ trong Cuốn Lên Bức Mành không chỉ dùng để thuật lại mà còn để khám phá những lớp nghĩa ẩn giấu. Có những sự thật không được nói ra trực tiếp, mà chỉ hiện lên qua cách nhân vật giao tiếp, qua cách họ lựa chọn từ ngữ để đối thoại. Khi cụ Hàn Giảng trả lời cụ Tiên chỉ về việc làm của mình:

> "Tôi tự xác nhận là đã và sẵn lòng cộng tác với chính quyền cai trị của Pháp thuộc địa. Tuy nhiên, mặt khác, phương cách phục vụ của tôi suốt đời không giành riêng cho giới người Pháp ở nước ta mà còn mong muốn và cũng đã phục vụ được bất cứ ai."
>
> (Cuốn Lên ...)

Câu nói vừa có thể được hiểu như một lời khẳng định về sự hợp tác với chính quyền thực dân, nhưng đồng thời cũng là một cách tái định nghĩa hành động của bản thân: không phải phục vụ cho một thể chế, mà là phục vụ con người. Ngôn ngữ ở đây là để xác lập danh tính, để kiểm soát câu chuyện của chính mình, để chống lại những diễn giải mang tính quy chụp.

Có một sự kết nối mang tính xuyên thời gian trong cách con người sử dụng ngôn ngữ để định nghĩa bản thân trước xã hội. Trong bối cảnh hiện nay, khi thế giới đang chứng kiến những thay đổi nhanh chóng về kinh tế, chính trị, và văn hóa, những người trẻ cũng đang phải đối diện với câu hỏi: liệu mình có đang đánh mất gốc rễ của chính mình khi hòa nhập vào một thế giới rộng lớn hơn? Liệu có thể vừa là công dân toàn cầu, vừa giữ được tinh thần dân tộc?

Hồi Ức của Phạm Quốc Bảo không đưa ra câu trả lời mà để lại những khoảng trống cho người đọc tự suy ngẫm. Câu chuyện của cụ Hàn Giảng, về bản chất, không phải là một câu chuyện đã khép lại mà là một câu chuyện vẫn đang tiếp tục diễn ra trong nhiều hình thức khác nhau.

Khi một người trẻ Việt Nam đi du học, làm việc trong một tập đoàn đa quốc gia, hay đơn giản chỉ đối diện với những áp lực phải thay đổi để phù hợp với xã hội hiện đại, họ cũng có thể cảm nhận được phần nào sự giằng co mà cụ Hàn Giảng từng trải qua.

Trong một thời đại mà nhiều giá trị cũ đang bị thách thức, khi những cuộc tranh luận về di sản, về danh tính, về lòng yêu nước vẫn diễn ra hàng ngày, ***Cuốn Lên Bức Mành*** mang đến một cách nhìn khác: không phải lúc nào cũng có một con đường đúng duy nhất, và đôi khi, sự trung thành với một lý tưởng có thể mang nhiều hình thức khác nhau.

Hình ảnh cụ Hàn Giảng lặng lẽ quét sân chùa, làm công quả sau những ngày tổ chức tiệc hưu trí, không chỉ là một chi tiết về cuộc đời ông mà còn là một biểu tượng của sự tự vấn, của hành trình tìm kiếm sự hòa giải giữa những lựa chọn đã qua. Đó là một hình ảnh có thể vẫn còn ý nghĩa đối với nhiều người trong thời đại ngày nay – khi đối diện với những áp lực thay đổi, người ta cũng cần một không gian để suy ngẫm, để tìm lại chính mình.

Hồi ký (tác giả gọi là *truyện hồi ức*), khi được viết bằng một cái nhìn cởi mở và một ngôn ngữ giàu tính gợi mở như **Cuốn Lên Bức Mành**, không chỉ là một cách để lưu giữ quá khứ mà còn là một cách để đối thoại với hiện tại. Lịch sử không khô cứng như những con số trên trang sách, mà sống động trong từng lựa chọn của con người qua các thời đại.

Sự 'vén lên' ấy, suy cho cùng, không phải để khép lại một câu chuyện, mà để tiếp tục đặt ra những câu hỏi – những câu hỏi mà mỗi thế hệ đều phải tự mình đi tìm câu trả lời.

Cám ơn nhà văn Phạm Quốc Bảo đã kể lại câu chuyện của gia tộc mình để 'vén lên' những phức tạp mà tầng lớp trí thức cho dù bị ném vào bất cứ giao lộ lịch sử nào cũng phải tự mình chọn lựa một vị thế đứng, một nhãn quan cho thật vẹn toàn, cho dù điều này đôi khi là bất khả.

(Trich email của Tô Đăng Khoa viết gửi cho Phạm Quốc Bảo vào thứ Hai, mùng 3 tháng ba 2025 lúc 12:44 PM)

SÁCH ĐÃ XUẤT BẢN

- *Chiến Tranh và Tuổi Trẻ Phương Tây* - Hồng Lĩnh xuất bản 1969, Sài gòn; Người Việt Tây Bắc tái bản lần thứ ba ở hải ngoại năm 2020.
- *Năm Dài Tình Yêu* - Hồng Lĩnh xuất bản năm 1970.
- *Vực Hồng* - bút hiệu Phạm Hà Quân, Thoại Ngọc Hầu xuất bản, Saigon. 1975.
- *Cùm Đỏ* - xuất bản lần đầu 1983; tái bản lần thứ ba (2018) Nguoi Viet Books , USA.
- *Cõi Mộng Du* - Người Việt xuất bản, 1984. USA.
- *Đời Từng Mảnh* - Người Việt, 1985. USA.
- *Dâu Bể* - Người Việt. 1987. USA
- *Mười Ngày Du Ký* - Hoa Thịnh Đốn xuất bản, 1988. USA.
- *Gọi Bình Minh* - Người Việt, 1989. USA.
- *Người Việt Tại Đông Âu và Vấn Đề Việt Nam* - Việt Hưng xuất bản 1990. USA.

- *Huynh Đệ Tương Tàn*, (Brothers Enemy của Nayan Chanda) - Thế giới xuất bản, 1991.
- *Bây giờ Nhật Bản Biết Nói Không* (The Japan That Can Say No của Shitaro Ishihara) - Khai Sáng xuất bản 1992.
- *Dấu Vết Văn Hóa Việt Trên Đường Bắc Mỹ:* Một bộ gồm hai cuốn: cuốn 1 ra năm 1994, cuốn 2 năm 1995 - Việt Hưng xuất bản. USA.
- *Thơ, 20 Năm* - Việt Hưng, 2002. USA.
- *Hồng Nhan Xuân* - Việt Hưng, 2002. USA.
- *Độc Lập Mỹ, Độc Lập Ta* - Việt Hưng, 2004. USA.
- *Hốt Một Thang* - Việt Hưng, 2006. USA.
- *Hương Đêm* - Little Saigon xuất bản, 2008: USA.
- *Khuất Rồi Mấy Bóng Chim Di* - Người Việt xuất bản, 2010.
- *Nhục Vinh* - Người Việt xuất bản, 2012
- *Tâm Tình Một Nẻo Quê Chung* - Người Việt Books xuất bản, 2015.USA.
- *Chuyện Nào Vẫn Cần Thuật Lại, cuốn I* - Lotus Media xuất bản, tháng 5/ 2022. USA.
- *Chuyện Nào Vẫn Nên Thuật Lại, cuốn II* - Lotus Media xuất bản, tháng 7/ 2022. USA.
- *Lan Man Chuyện Văn* - 2024, USA.
- *Cuốn Lên Bức Mành*, 2025- USA

Viết chung với bằng hữu trong những tuyển tập từ đầu thế kỷ 21:

- *Kỷ Yếu VĨNH NGHIÊM* 2001.
- *Tuyển Tập LÊ ĐÌNH ĐIỂU*, VAALA xuất bản, 2001.
- *Tưởng Niệm Tâm Hòa NGÔ MẠNH THU*, 2004.
- *ĐỖ NGỌC YẾN Giữa Bạn Bè*, Người Việt xuất bản 2006, tái bản lần hai 2015.
- Các đặc san của các khóa *Huấn Luyện & Tu Nghiệp Sư Phạm* mỗi năm; như Kỳ 20, Hè 2008; Kỳ 26- 2014; Kỳ 28- 2016...
- *TỪ CÔNG PHỤNG Dưới Mắt Bằng Hữu, 2011.*
- *LÊ VĂN KHOA - Một Người Việt Nam,* CLBTNS-VAP-APA xuất bản, 2013.
- *Đặc san Hội Thân Hữu Di Linh, 2017.*
- **THEIR WAR,** *The Perspectives of the South Vietnamese Military in the Words of Veterans-Émigrés,* Julie Pham, PhD, 2019.
- *TỰ LỰC VĂN ĐOÀN và Các Cây Bút Hậu Duệ*, Nhân Văn Nghệ Thuật xuất bản, 2019.
- *TỰ LỰC VĂN ĐOÀN và Các Cây Bút Hậu Duệ,* cuốn 2, Nhân Văn Nghệ Thuật xuất bản 2023

www.ingramcontent.com/pod-product-compliance
Lightning Source LLC
LaVergne TN
LVHW041808060526
838201LV00046B/1178